சந்தியா பதிப்பகம்

வாழ்வின் சவால்களை வென்றெடுக்க
வாசிக்க வேண்டிய வாழ்வியல் நூல்கள் -
உலக மொழிகளிலிருந்து தமிழில்...

ஆத்ம தாகம்

போர்க்கலை

எதிரி உங்கள் நண்பன்

சாணக்கிய நீதி

இனி இல்லை மரணபயம்

சாணக்கிய நீதி

அரசியலும் அந்தரங்கமும்

பதிப்பும் தமிழாக்கமும்
சந்தியா நடராஜன்

சந்தியா பதிப்பகம்
சென்னை - 83

சாணக்கிய நீதி

பதிப்பும் தமிழாக்கமும்
© சந்தியா நடராஜன்

முகப்பு ஓவியம்: கார்த்திகேயன்
பின்னட்டை ஓவியம்: M.வெண்ணிலா

முதற்பதிப்பு: 2018

அளவு: டெமி ● தாள்: 60gsm ● பக்கம்: 136
அச்சு அளவு: 11 புள்ளி ● விலை: 125/-
அச்சாக்கம்: அருணா எண்டர்பிரைஸஸ்
சென்னை - 40.

சந்தியா பதிப்பகம்
புதிய எண்: 77, 53வது தெரு, 9வது அவென்யூ,
அசோக் நகர், சென்னை - 600 083.
தொலைபேசி: 24896979.

ISBN:978-93-87499-33-1

Chanakya Neethi

Tamil Translation by
© Sandhya Natarajan

Printed at Aruna Enterprises.,
Chennai - 40.

Published by
Sandhya Publications
New No. 77, 53rd Street, 9th Avenue, Ashok Nagar,
Chennai - 600 083. Tamilnadu.
Ph : 044 - 24896979

Price Rs. 125/-

sandhyapathippagam@gmail.com
sandhyapublications@yahoo.com
www.sandhyapublications.com

SAN-785

அந்தரங்கமும் அரசியலும்

மனித வாழ்வைப் பற்றிய அலசல் அல்லது ஆய்வுதான் எல்லா மொழிகளிலும் எல்லா இலக்கிய வடிவங்களிலும் பிரதானமாய் இடம் பெறுகிறது; உன்னதமாகக் கருதப் படுகிறது.

மனிதனின் முதல் உறவும் அக்கறையும் அவனது குடும்பம் சார்ந்தது; பிறகு அவனது சமூகம் மீது கவனம் குவிகிறது. பிறகு அவனது நாடும் தேசமும் உலகமும்....

ஆனால் உலகின் எந்தப் பகுதியில் வாழ்ந்தாலும் மனிதனின் ஆசைகளும் பிரயாசைகளும் ஒன்றாகத்தான் இருக்கின்றன. மனித குண இயல்புகளில் பெரிய அளவு வித்தியாசத்தை உணரமுடிவதில்லை.

நமது வாழ்வின் புதிர்களை அறிந்து நமது வாழ்வை வசப்படுத்திக் கொள்ள மனித வாழ்வியலைப் பற்றிப் பேசுகிற நூல்கள் நம் சிந்தனைக்கு வலுசேர்க்கின்றன.

இத்தகைய நூல்களை உலகின் எல்லா மொழிகளிலும் இருந்து தேர்ந்தெடுத்துத் தமிழில் மொழிபெயர்த்து வெளியிட்டு வருகிறது சந்தியா பதிப்பகம்.

கிரேக்க மொழியிலிருந்து மார்கஸ் அரேலியஸின் நூல் **ஆத்மதாகம்** (மொழிபெயர்ப்பு: டோரதி கிருஷ்ணமூர்த்தி) என்றும் சீன மொழியிலிருந்து ஸன் ஸுவின் நூல் **போர்க்கலை** (மொழிபெயர்ப்பு: பொன்.சின்னதம்பி முருகேசன்) என்றும் ஸ்பானிஷ் மொழியிலிருந்து பால்தசார கிரேசியனின் நூல் **எதிரி உங்கள் நண்பன்** (மொழிபெயர்ப்பு: சந்தியா நடராஜன்) என்றும் வெளி வந்துள்ளன.

'இனி இல்லை மரணபயம்' (சந்தியா நடராஜன்) என்ற மரணம் பற்றிய தொகுப்பு நூலும் இந்த வரிசையைச் சார்ந்ததுதான்.

இந்தத் தொடர் வரிசையில் 2000 ஆண்டுகளுக்கு முந்தைய பாரத தேசத்தின் வடஇந்திய சிந்தனையான சாணக்கிய நீதி என்ற சமஸ்கிருத நூல் இப்போது எனது தமிழ் மொழிபெயர்ப்பாக வெளிவருகிறது.

சாணக்கியர் என்ற சொல் இந்திய துணைக் கண்டத்தின் மூலை முடுக்குகளில் எல்லாம் சாதாரண மக்களின் பேச்சிலும் எழுத்திலும் வலம் வருகிறது. அரசியல் சாதுர்யங்களுடனும் அரசியல் தந்திரங்களுடனும் அதிகம் இணைத்துப் பேசப்படுகிற சொல் இது.

இப்படிப் பெரிதும் பேசப்படுகிற இந்தச் சாணக்கியர் யார்?

வட இந்தியாவில் மகத நாட்டு எல்லைப்புறத்தில் 2300 ஆண்டுகளுக்கு முன் வாழ்ந்தவர். பிறப்பால் குடில கோத்திரத்தைச் சார்ந்த பிராமணர். அவரது தந்தை ஓர் ஆசிரியர். சாணக்கியர் தட்சசீல பல்கலைக் கழகத்தில் பயின்று அங்கேயே ஆசானாகப் பணியாற்றியவர். அரசியலிலும் பொருளாதாரத்திலும் கரைகண்டவர்.

நந்த வம்சம் மகத நாட்டை ஆட்சி செய்து வந்தது. அப்போதுதான் அலெக்ஸாண்டர் இந்தியாவின் மீது படையெடுத்து வந்தார். மகாநந்தரின் மறைவுக்குப் பின் நவநந்தர்களின் கூட்டாட்சியில் மகத அரசாட்சி தொடர்ந்தது. அவர்களில் மூத்தவரான தானநந்தர் அரசாண்டார். அவரிடம் சாணக்கியர் ஒரு பதவி கேட்டு அரசவைக்குச் சென்றார். சாணக்கியரின் பொலிவற்ற

முகத்தைக் கண்டு அருவருப்புக் கொண்டு அரசர் சாணக்கியரை அவமதித்து வெளியேற்றினார். இவரது குடுமியைப் பிடித்து இழுத்துச் சென்றனர் அரண்மனைக் காவலர்கள்.

இந்திய அரசியலில் மணிமுடியைவிடத் தலைமுடிக்கு கௌரவம் அதிகம். பாஞ்சாலி சபதம் மட்டுமல்ல, கலைந்த முடியால் சிதைந்த ஆட்சிகளின் வரலாறுகள் நமக்குண்டு அப்படிப் பிறந்ததுதான் சாணக்கிய சபதம். நந்த வம்சத்தை ஒழிக்காமல் என் பிரிந்த குடுமியை முடிய மாட்டேன் என்று சபதம் ஏற்றார் ஒரு சாதாரண பல்கலைக்கழகப் பேராசிரியரான சாணக்கியர்.

மகத நாட்டுக்கு உரிமை கோரி அலைந்து திரிந்து கொண்டிருந்த இளைஞனான சந்திரகுப்தனைச் சந்தித்தார். சாணக்கியர். மறைந்த மன்னன் மகாநந்தரின் மனைவிக்கோ அல்லது அந்தப்புர நாயகிக்கோ பிறந்தவராக அறியப்பட்டவர் சந்திரகுப்தன்.

சாணக்கியரின் அரசியலறிவால் சூழ்ச்சியால் வழிகாட்டலால் நந்த வம்சத்தை அழித்து சந்திரகுப்தன் மணிமுடி சூடினான். மௌரிய வம்சம் இந்திய அரசியலில் கால் ஊன்றியது. கி.மு. 322 முதல் 298 வரை சந்திரகுப்தன் ஆட்சி செய்தான். அதற்குப் பின் கி.மு. 273 வரை ஆட்சி செய்த சந்திரகுப்தனின் மகன் பிந்துசாரருக்கும் சாணக்கியர் ஆலோசகராக இருந்ததாகக் கூறப்படுகிறது. எல்லாம் இரண்டாயிரம் ஆண்டுகட்கு முற்பட்ட வரலாறு. ஆனால் இதுவே சாணக்கியரின் சுருக்கமான வாழ்க்கை சரிதம்.

சாணக்கியர் பெண்களை அடக்கியாளும் சமூகத்தின் பிரதிநிதியாகவும் பிராம்மண மேலாண்மையை வலியுறுத்தும் வைதீக பிராமணராகவும் அடையாளப்படுத்தப்படுகிறார். இந்தக் கடுமையான விமர்சனங்களுக்குச் சாணக்கியரும் தமது நூல்களில் இடம் தந்துள்ளார்.

இந்த நிலையில் இந்திய அரசியல் வரலாற்றில் சாணக்கியர் தவிர்க்கமுடியாத இடத்தைத் தக்க வைத்துக்

கொண்டிருப்பது எப்படி?

அதற்கு முழுமுதற்காரணம் கௌடில்யர் என்ற பெயரில் அவரெழுதிய அர்த்தசாஸ்திரம் என்ற அரசியல் மற்றும் பொருளியல் நூல்தான். இன்றைய நாள்வரை அர்த்த சாஸ்த்திரத்தின் நுணுக்கங்கள் அரசியல் மற்றும் பொருளாதார மேதைகளால் விவாதிக்கப்படுகின்றன. மது, அரசின் முழுக் கட்டுப்பாட்டில் இருக்கவேண்டும் என்று எடுத்துரைத்த முதல் இந்தியன் சாணக்கியர்தான். ‘டாஸ்மாக்‘கின் கருத்தாக்கத்திற்கு அடிகோல் நாட்டப்பட்டது 2000 ஆண்டுகளுக்கு முன் – அதுவும் சாணக்கியரால். அர்த்த சாஸ்த்திரம் ராணுவ விஷயங்களை உள்ளடக்கிய நூல்.

ஆனால் 2000 ஆண்டுகளுக்கு முற்பட்ட அர்த்த சாஸ்திரத்தின் சமஸ்கிருத ஓலைச்சுவடிகளைக் கண்டெடுத்து உலகுக்கு அளித்தவர் மைசூர் கீழ்த்திசை நூலகத்தில் பணியாற்றிய ஷாமா சாஸ்திரி என்ற நூலகர். கண்டெடுத்த ஆண்டு 1905. அதற்குப் பிறகு நான்கு ஆண்டுகள் உழைத்து 1909இல் சமஸ்கிருத நூலாகப் பதிப்பித்தார். பிறகு அர்த்தசாஸ்திரத்தை ஆங்கிலத்தில் மொழிபெயர்த்து 1915இல் வெளியிட்டு உலகப் புகழ் பெற்றார். ஆக அர்த்த சாஸ்திரம் உலகுக்குத் தெரிய வந்து ஒரு நூற்றாண்டுதான் ஆகிறது. ஷாமா சாஸ்திரியின் ஆற்றலுக்கும் ஆய்வுக்கும் இந்த நூற்பவணியின் மூலம் எனது சிரம் தாழ்ந்த வணக்கங்கள்.

சாணக்கியர் வாழ்வியல் குறித்த சில நீதி சாஸ்திரங்களையும் எழுதியிருக்கிறார். அவற்றில் பிரதானமானது சாணக்கிய நீதி. இதன் தமிழ் மொழியாக்கமே இந்த நூல். ஆங்கிலத்தில் ஆர்.பி.ஜெயின், பி.கே. சதுர்வேதி போன்ற பல எழுத்தாளர்களால் சாணக்கிய நீதி மொழிபெயர்க்கப்பட்டுள்ளது. தமிழிலும் டாக்டர் ஸ்ரீதரனின் விளக்க உரையுடன் சாணக்கிய நீதி வெளி வந்துள்ளது. ஆனால் இவற்றில் சில பாட பேதங்களும் உள்ளன. சில நூல்களில் ஒரு சில ஸ்லோகங்கள் விடுபட்டுள்ளன. சில நூல்களில் ஒரு சில ஸ்லோகங்கள் அதிகமாக காணப்படுகின்றன.

இவற்றையெல்லாம் கணக்கில் கொண்டு மும்மொழி வித்தகரான மதிப்புக்குரிய காஞ்சிபுரம் வி. ஸ்ரீநிவாஸமூர்த்தி அவர்களின் சமஸ்கிருத அறிவின் துணைகொண்டு அவர்களது வழிகாட்டுதலின்படி ஆங்கில நூல்களின் வெளிச்சத்தில் இந்நூலை மொழிபெயர்த்துள்ளேன். மேற்குறிப்பிட்டுள்ள நூலாசிரியர்களுக்கு எனது நெஞ்சார்ந்த நன்றியைத் தெரிவித்துக் கொள்கிறேன். கா.வி. ஸ்ரீநிவாஸமூர்த்தி அளித்த விளக்கங்களுக்கும் திருத்தங்களுக்கும் நான் பெரிதும் கடமைப்பட்டுள்ளேன். அவரது நட்பு எனக்குக் கிடைத்த பெறலரும் பேறு.

இந்த நூலில் சாணக்கியனின் 'ஸம்ஸ்க்ருத ச்லோகங்கள்' தமிழ் எழுத்தில், ஆனால் ஸம்ஸ்கிருத மொழியின் ஒலியுடன் எழுதப்பட்டுள்ளன.

அவற்றை அந்த மொழியின் ஒலியோடு படிக்க விரும்புவோர், இந்நூலின் இறுதியில் உள்ள 'நீண்ட விளக்கக் குறிப்பைப் படிக்குமாறு கேட்டுக் கொள்கிறேன்.

சாணக்கிய நீதி அந்தரங்க வாழ்க்கைக்கு ஓர் மறைமொழி; அரசியளல் வாழ்க்கைக்கு ஓர் பெருநெறி.

உலக வாழ்வியல் நூல்களின் வரிசையில் சாணக்கிய நீதிக்கு ஓர் இடமுண்டு. கூடவே விமர்சனத்திற்கும் இடம் உண்டு.

நல்லவை ஏற்று அல்லவை நீக்கவும்

அன்புடன்
சந்தியா நடராசன்

1

1

ப்ரணம்ய சிரஸா விஷ்ணும்
த்ரைலோக்ய அதிபதிம் ப்ரபும் ।
நானா சாஸ்த்ர உத்ருதம் வக்ஷ்யே
ராஜ நீதி ஸமுச்சயம் ॥

சுவர்க்கம் நரகம் பூமி ஆகிய மூன்று உலகங்களுக்கும் அதிபதி யான மகாவிஷ்ணுவைத் தியானித்து, தலை வணங்குகிறேன். எங்கும் நிறைந்திருக்கும் மகா விஷ்ணு சர்வ வல்லமை கொண்டவர். மிகத் தொன்மை வாய்ந்த ஞான நூல்களிலிருந்து தேர்ந்தெடுத்த அரசாட்சி பற்றிய விஷயங்களை விவரிக்கத் தொடங்குகிறேன்.

2

அதீதி ஏதம் யதா சாஸ்த்ரம்
நர: ஜானாதி ஸத்தம: |
தர்ம உபதேச விக்யாதம்
கார்ய அகார்யம் சுப அசுபம் ||

இந்த நூலை ஆழமாகப் பயின்றால், ஒரு சாதாரண மனிதன் கூட நல்லவை எவை தீயவை எவை என்று பிரித்தறியும் அறிவைப் பெறுவான். மனித உயிர்கள் பாவம் களைந்து அறச்செயல்களில் மனம் ஒன்ற வேண்டும். அழிவினின்று அழிவின்மையை நாடவேண்டும். பொறுப்பின்மையினின்று விடுபட்டுக் கடமையாற்ற வேண்டும். இந்த நன்னெறிகளில் ஈடுபட்டு ஆன்ம ஒளி பெறவேண்டும். இதுவே இந்த நூலின் நோக்கம்.

3

தத் அஹம் ஸம்ப்ரவக்ஷ்யாமி
லோகானாம் ஹிதகாம்யயா |
யேன விக்ஞாத மாத்ரேண
ஸர்வஞானத்வம் ப்ரபத்யதே ||

மனித குலத்தின் நன்மைக்காக நான் அரசியலின் ரகசியப் புதிர்களை விவரிக்கிறேன். இந்த அறிவைப் பெறுகிறவனின் அறிவு எல்லையற்றதாய் வியாபித்திருக்கும். இந்த நன்னெறிகளைக் கடைபிடித்து ஒழுகுகிறவனுக்கு வெற்றி உறுதி.

4

மூர்க்க சிஷ்ய உபதேசேன
துஷ்ட ஸ்த்ரீ பரணேன ச |
துக்கிதை: ஸம்ப்ரயோகேண
பண்டித: அபி வஸீததி ||

முட்டாள் சீடர்களுக்குப் போதிப்பதாலும் துஷ்டப் பெண்ணுக்கு அடைக்கலம் தருவதாலும் கவலையுற்ற மனிதர்களோடு உறவாடுவதாலும் ஞானவான் கூட துன்பத்தில் அவதிப்படுவான். இத்தகையவர்களைத் தூரத்தில் வை; நெருங்க விடாதே.

5

துஷ்டா பார்யா சடம் மித்ரம்
ப்ருத்யச்ச உத்தரதாயக: |
ஸஸர்பே ச க்ருஹே வாஸ:
ம்ருத்யு: ஏவ ந ஸம்சய: ||

ஒரு கெட்ட மனைவியை, பாவ காரியங்களில் ஈடுபடுகிற ஒரு நண்பனை, பணிவற்ற அடங்காத வேலைக்காரன் ஒருவனைப் பெற்றிருத்தலோ, பாம்பு வாழும் வீட்டில் வசிப்பதோ மரணத்துடன் வாழ்வதற்கு ஒப்பாகும். எந்த நேரத்திலும் இத்தகையவனுக்கு மரணம் சம்பவிக்கலாம்.

6

ஆபத் அர்(த்)தே தனம் ரக்ஷேத்
தாரான் ரக்ஷேத் தனை: அபி |
ஆத்மானம் சததம் ரக்ஷேத்
தாரை: அபி தனை: அபி ||

ஒரு கஷ்டகாலத்திற்காக அல்லது நெருக்கடி நிலையைச் சமாளிக்கப் பணம் சேமிப்பவன் புத்திசாலி; உனது சேமிப்பைக் காப்பாற்ற அனைத்து முயற்சிகளும் செய். ஆனால் செல்வத்தை விட மனைவி முக்கியம். அவளைப் பாதுகாப்பதும் அவசியம். செல்வம், மனைவி ஆகிய இவ்விரண்டையும் விட உனது பாதுகாப்பு முக்கியமானது; முதலில் உன்னைக் காப்பாற்றிக் கொள்.

7

ஆபத் அர்(த்)தே தனம் ரக்ஷேத்
ஸ்ரீமதாம் குத ஆபத: |
கதாசித் சலதே லக்ஷ்மீ:
ஸன்சித: அபி வினச்யதி ||

கடுமையான நாட்கள் வரலாம். அதை எதிர்பார்த்து ஒருவன் பணத்தைச் சேமித்து வைத்துக்கொள்ள வேண்டும். பணம் படைத்தவர்களைக் கஷ்டம் தீண்டாது என்று சொல்ல முடியாது. செல்வம் என்பது ஓரிடத்தில் நிலைக்காமல் மாறிக் கொண்டிருக்கும் தன்மை உடையது. சேமித்த பெரும் செல்வம்

ஒரு நொடிப் பொழுதில் அழிந்து போகலாம். பணத்தைப் பெருக்குதல் அறிவின் அடையாளம். ஆனால் அதனால் சிக்கலைத் தவிர்க்க இயலாது.

8

யஸ்மின் தேசே ந ஸம்மான:
வ்ருத்தி: ந ச பாந்தவா: |
ந ச வித்யாகம: அபி அஸ்தி
வாஸம் தத்ர ந காரயேத் ||

பாட பேதம்: அபி அஸ்தி– கச்சித்

மரியாதையோ கௌரவமோ இல்லாத நாடும் வருமானத்திற்கு வழி இல்லாத நாடும் நெருங்கிய உறவினரோ நண்பர்களோ இல்லாத நாடும் கல்வி கற்க வசதி இல்லாத நாடும் வாழத் தகுதியற்றவை. அத்தகைய நாட்டை விட்டு வெளியேற வேண்டும்.

9

தனிக: ச்ரோத்ரிய: ராஜா நதீ
வைத்ய: து பன்சம: |
பன்ச யத்ர ந வித்யன்தே
ந தத்ர திவஸம் வஸேத் ||

அந்தண அறிஞர்கள், பணம் படைத்த வணிகர்கள், நீதி தவறாத அரசன், மருத்துவர்கள் ஆகியோரும் ஓடும் நதியும் இல்லாத நாட்டில் ஒருநாள் கூட வசிக்கக்கூடாது. அந்நாட்டிலிருந்து வெளியேற வேண்டும்.

இந்த ஸ்லோகத்தில் நான்காவது வரியில் வேறுபாடமும் உண்டு; அது: 'கச்சித் தம் தேசம் பரிவர்ஜயேத்'. இதற்குப் பொருள் என்னவோ மேற்சொன்னபடியே 'அந்தத் தேசத்தை விட்டுவிட வேண்டும்'.

10

லோக யாத்ரா பயம் லஜ்ஜா
தாக்ஷிண்யம் த்யாகசீலதா |
பன்ச யத்ர ந வித்யன்தே
ந குர்யாத் தத்ர ஸம்ஸ்திதிம் ||

உலக வாழ்க்கை, அச்சம், வெட்கம், தாட்சண்யம், தியாக மனப்பான்மை ஆகிய ஐந்தும் எங்கு இல்லையோ அங்குத் தங்கி வாழக்கூடாது.

11

ஜானீயாத் ப்ரேஷணே ப்ருத்யான்
பாந்தவான் வ்யஸனாகமே |
மித்ரம் ச ஆபத்திகாலேஷு
பார்யாம் ச விபவக்ஷயே ||

தமது கடமையை எப்படி நிறைவேற்றுகிறார்கள் என்பதை வைத்து வேலையாட்கள் எடை போடப்படுகிறார்கள். நெருக்கடி நிலையில் நண்பனும், கஷ்ட காலத்தில் உறவினரும் பரீட்சிக்கப்படுவர். உன்னிடம் பணம் இல்லாதபோது ஒரு பெண்ணின் (மனைவியின்) குணம் தெரியும்.

12

ஆதுரே வ்யஸனே ப்ராப்தே
துர்பிக்ஷே சத்ரு ஸன்கடே |
ராஜத்வாரே ச்மசானே ச
ய: திஷ்டதி ஸ: பாந்தவ: ||

நீ நோயுற்ற போதும், பஞ்சகாலத்திலும் எதிரியின் தாக்குதலுக்கு உட்படும் காலத்திலும், அரசவையில் சிக்கலைச் சந்திக்கும் நேரத்திலும், இறந்தபின் சுடலையிலும் உன்னுடன் இருந்து ஆதரவளிப்பவன் எவனோ அவனே உனது உண்மை யான உறவினன்.

13

ய: த்ருவாணி பரித்யஜ்ய
அத்ருவம் பரிஷேவதே |
த்ருவாணி தஸ்ய நச்யந்தி
ச அத்ருவம் நஷ்டம் ஏவ ஹி ||

அடையக்கூடிய திட்டமிடப்பட்ட செயல்திட்டங்களை விட்டு விட்டு சாதிக்க இயலாத திட்டமிடப்படாதச் செயல்திட்டங்களில் இறங்குபவர்கள் ஒருபோதும் வெற்றி பெறுவதில்லை. எதைச்

சாதிக்க முடியும் என்று நம்புகிறார்களோ அத்தகைய திட்டங்களை மட்டுமே அடைய முயற்சிக்க வேண்டும்.

14

வரயேத் குலஜாம் ப்ராக்ஞ:
விரூபாம் அபி கன்யகாம் |
ரூபசீலாம் ந நீசஸ்ய
விவாஹ: ஸத்ருசே குலே ||

அழகற்ற ஒருத்தியை அறிஞன் ஒருவன் மணம் முடிக்கத் தயங்கக் கூடாது. எப்போது தெரியுமா? அவள் மதிப்புமிக்க உயர்குலத்தைச் சேர்ந்தவள் என்கிற பட்சத்தில். ஆனால் தாழ்ந்த சாதியைச் சார்ந்த ஒருத்தி பேரழகி என்றாலும் அவளைத் திருமணம் செய்து கொள்ளக்கூடாது. ஏனென்றால் திருமண உறவுகள் சம அந்தஸ்துள்ள குலத்தவரிடையேதான் ஏற்படுத்தப்பட வேண்டும்.

15

நதீனாம் சஸ்த்ரபாணீனாம்
நகீனாம் ச்ருங்கிணாம் ததா |
விச்வாஸ: ந ஏவ கர்தவ்ய:
ஸ்த்ரீஷு ராஜகுலேஷு ச ||

ஆயுதம் தரித்தவர்கள், நீண்ட கொம்புடைய விலங்குகள், கூரிய நகம் கொண்ட மிருகங்கள், பாய்ந்து ஓடும் நதி, பெண்கள், ராஜ குடும்பத்தினர் ஆகியோரை நம்பாதே. எந்த நேரத்திலும் அவர்கள் ஏமாற்றக் கூடியவர்கள்.

16

ஸ்த்ரீணாம் த்விகுண ஆஹார:
லஜ்ஜா ச அபி சதுர்குணா |
ஸாஹஸம் ஷட்குணம் ச ஏவ
காம: ச அஷ்டகுண: ஸ்ம்ருத: ||

ஒரு ஆணுடன் ஒப்பிடும்போது ஒரு பெண் இருமடங்கு உணவைப் புசிக்கிறாள்; நான்கு மடங்கு நாணம் கொள்கிறாள்; ஆறுமடங்கு தைரியமும், எண் மடங்கு காம உணர்வும் (விருப்பும்) கொண்டிருப்பாள்.

2

1

அந்ருதம் ஸாஹஸம் மாயா
மூர்(க்)கத்வம் அதிலோபிதா |
அசௌசத்வம் நிர்தயத்வம்
ஸ்த்ரீணாம் தோஷா: ஸ்வபாவஜா: ||

இயல்பிலேயே ஒரு பெண் பொய்ப் பேசுபவள்; தைரியம் மிகுந்தவள்; தந்திரக்காரி; முட்டாள்; பேராசைக்காரி; தூய்மையற்றவள்; கொடூரமானவள், இவையெல்லாம் ஒரு பெண்ணோடு உடன் பிறந்த இயல்பான குறைபாடுகள்.

2

போஜ்யம் போஜனசக்தி: ச
ரதிசக்தி: வராங்கனா |
விபவ: தானசக்தி: ச
ந அல்பஸ்ய தபஸ: ஃபலம் ||

சிறந்த உணவும் அதை உண்ணக்கூடிய நிலையில் உடலும் பெற்று, அழகிய மனைவியும் அவளை அனுபவிக்கும் உடல் திறனும் வாய்த்து, செல்வ வளமும் அதிலிருந்து தானம் செய்கிற மனமும் ஒருவன் பெற்றிருந்தால், அதுவே அவன் புரிந்த கடுந்தவத்தின், நோன்பின் ஆகச்சிறந்த விளைவும் பயனும் ஆகும்.

3

யஸ்ய புத்ர: வசீபூத:
பார்யா சந்தானுகாமினீ |
விபவே ய: ச ஸன்துஷ்ட:
தஸ்ய ஸ்வர்க: இஹ ஏவ ஹி ||

ஒருவனுக்குச் சொற்பேச்சு கேட்கும் மகனும், வேதவழியில் நிற்கும் பத்தினியும் வாய்த்து அவனுக்குத் தான் ஈட்டிய செல்வத்தில் மனநிறைவும் பெற்றிருந்தால் அவன் உண்மையில் சொர்க்கத்தில் வாழ்கிறான்.

4

தே புத்ரா யே பிது: பக்தா:
ஸ: பிதா ய: து போஷக: |
தத் மித்ரம் யத்ர விச்வாஸ:
ஸா பார்யா யத்ர நிர்வ்ருதி: ||

உண்மையான மகன் தனது தந்தையிடம் பணிந்து நடந்து கொள்வான். உண்மையான தந்தை தனது மகனை அன்போடு வளர்த்துப் பாதுகாப்பான். உண்மையான நண்பன் விசுவாச மிக்கவனாக இருப்பான். உண்மையான மனைவி தனது கணவன் இதயம் களிக்கும்படி இதமாய் இருப்பாள்.

5

பரோக்ஷே கார்யஹன்தாரம்
ப்ரத்யக்ஷே ப்ரியவாதினம் |
வர்ஜயேத் தாத்ருசம் மித்ரம்
விஷகும்பம் பயோமுகம் ||

எதிரே இனிக்க இனிக்கப் பேசி ரகசியமாக வஞ்சகம் செய்யும் நண்பனைத் தவிர். அது விஷம் நிரம்பிய பானையில், மேலே மட்டும், ஏமாற்றுவதற்காக பால் ஊற்றி வைத்திருப்பது போன்றதாகும்.

6

ந விச்வஸேத் குமித்ரே ச
மித்ரே ச அபி ந விச்வஸேத் |
கதாசித் குபிதம் மித்ரம்
ஸர்வம் குஹ்யம் ப்ரகாசயேத் ||

விசுவாசமற்ற நண்பனை நம்பக்கூடாது. அதே சமயம் உனது சிறந்த நண்பனைக் கூட நம்ப வேண்டாம். ஏனென்றால் உன்னுடன் விரோதம் ஏற்பட்டால் உன்னைப் பழிதீர்க்க, அவனுக்குத் தெரிந்த உனது ரகசியங்களை வெளிப்படுத்தி உனக்குக் குந்தகம் விளைவிப்பான்.

7

மனஸா சின்திதம் கார்யம்
வாசா ந ஏவ ப்ரகாசயேத் |
மன்த்ரேண ரக்ஷயேத் கூடம்
கார்யே ச அபி நியோஜயேத் ||

ஒன்றைத் திட்டமிடும்போதோ, மனம் விரும்பியதைச் செயல்படுத்தும் போதோ அவற்றை வெளிப்படுத்தி விடாமல் ரகசியம் காக்கவேண்டும். இல்லையென்றால் அதை வெற்றி கரமாக முடிப்பது சந்தேகம்தான். எடுத்த காரியம் முடியும் வரை யாரிடமும் அதைப் பற்றிப் பேசாதிரு.

8

கஷ்டம் ச கலு மூர்(க்)கத்வம்
    கஷ்டம் ச கலு யௌவனம் |
கஷ்டாத் கஷ்டதரம் ச ஏவ
    பரகேஹ நிவாஸனம் ||

அறிவீனம் துன்பகரமானது. (அறிவற்றவன் எள்ளி நகையாடப் படுவான்). இளமைப் பருவம் ஒரு பெருந்துன்பம்; பிறரைச் சார்ந்து வாழ வேண்டிய நிலை அதனினும் துயரமானது.

9

சைலே சைலே ச மாணிக்யம்
    மௌக்திகம் ந கஜே கஜே |
ஸாதவ: ந ஹி ஸர்வத்ர
    சந்தனம் ந வனே வனே ||

எல்லா மலைகளிலும் ரத்தினங்கள் கிடைக்கா. ஒவ்வொரு யானையின் மத்தகத்திலும் முத்துமணி இருக்காது. உத்தமப் புருஷர்கள் எல்லா இடங்களிலும் தென்படுவதில்லை. எல்லாக் காடுகளிலும் சந்தன மரங்கள் வளர்வதில்லை.

10

புத்ரா: ச விவிதை: சீலை:
    நியோஜ்யா: ஸததம் புதை: |
நீதிக்ஞா: சீலஸம்பன்னா
    பவந்தி குலபூஜிதா: ||

ஒரு புத்திசாலியான தகப்பன் தனது மகனுக்கு நற்பழக்கங்களைக் கற்பித்து அவனிடம் நன்னடத்தை மேம்படச் செய்ய வேண்டும். நற்கல்வி மூலம் மகனின் திறமைகளை வளர்த்தெடுக்க வேண்டும். இப்படிப்பட்டப் பிள்ளைகளே சமூகத்தில் மதிப்பும் மரியாதையும் பெறுவர்.

11

மாதா சத்ரு: பிதா வைரீ
    யாப்யாம் பாலா ந பாடிதா: |
ஸபாமத்யே ந சோபந்தே
    ஹம்ஸமத்யே பக: யதா ||

தனது பிள்ளைகளுக்குச் சரியான கல்வி கற்பிக்க ஏற்பாடு செய்யாத பெற்றோர்கள், பெற்றெடுத்தப் பிள்ளைகளுக்கு எதிரிகள். *மாதா சத்ரு, பிதா வைரீ.* கற்றறிந்தவர்கள் மத்தியில் கல்லாதவன் நிலை அன்னப்பறவைகளின் மத்தியில் தோன்றும் கொக்கைப் போன்றது. அவனுக்குத் தனது கருத்தை வெளிப்படுத்தவும் தெரியாது. பிறரின் அறிவார்ந்த கருத்துகளை ஏற்கவும் தெரியாது.

12

லாலனாத் பஹவ: தோஷா:
தாடனே பஹவ: குணா: |
தஸ்மாத் புத்ரம் ச சிஷ்யம் ச
தாடயேத் ந து லாலயேத் ||

பிள்ளைகளிடம் காட்டும் அதீத அன்பு அவர்களது குற்றம் குறைகளை வளர்க்கும். குழந்தைகளிடம் காட்டும் கண்டிப்பு அவர்களிடம் நற்குணங்களை வளர்க்கும். எனவே மகனிடம் அல்லது சீடனிடம் குறைந்தளவு அன்பு காட்டிப் பெருமளவு கண்டிப்புடன் வளர்க்க வேண்டும்.

13

ச்லோகேன வா தத் அர்தேன
தத் அர்தாஅர்தா அக்ஷரேண வா |
அபன்த்யம் திவஸம் குர்யாத்
தான அத்யயன கர்மபி: ||

ஒருவன் தினந்தோறும் ஒரு சுலோகத்தையாவது (வேத மந்திரத்தையாவது) படிக்க வேண்டும். இல்லையேல் பாதி சுலோகமாவது அல்லது அதில் ஒரு பகுதியாவது குறைந்தபட்சம் ஓரெழுத்தாவது படிக்கவேண்டும். இன்றேல் பகற்பொழுதில் தானமோ அல்லது ஓர் நற்செயலோ செய்தல் வேண்டும். இதைப் பின்பற்றாதவர்கள் வாழ்வின் ஒவ்வொரு கணத்தையும் வீணடித்து விடுகிறார்கள்.

14

காந்தா வியோக: ஸ்வஜன அபமானம்
ருணஸ்ய சேஷம் குந்ருபஸ்ய ஸேவா |

தாரித்ரய பாவாத் விமுகம் ச மித்ரம்
வினா அக்னினா பன்ச தஹன்தி காயம் ||

மனைவியின் பிரிவு, நெருங்கிய உறவினரின் இகழ்ச்சி, கடன் சுமை, கொடுங்கோலனிடம் பணிபுரிதல், வறுமையில் நண்பனின் பாராமுகம் ஆகிய இவை ஐந்தும் தீயின்றியே தேகத்தைப் பொசுக்கும்.

15

நதீ தீரே ச யே வ்ருக்ஷா:
பரகேஹேஷு காமினீ |
மன்த்ரஹீனா: ச ராஜான:
சீக்ரம் நச்யன்தி அஸம்சயம் ||

கரைபுரண்டு ஓடும் ஆற்றின் கரையோர மரங்களும், இன்னொருவன் வீட்டில் தங்கியிருக்கிற மனைவியும், அமைச்சர்கள் இல்லாத அரசனும், விரைவில் அழிந்து போவார்கள். சந்தேகமில்லை.

16

பலம் வித்யா ச விப்ராணாம்
ராக்ஞாம் ஸைன்யம் பலம் ததா |
பலம் வித்தம் ச வைச்யானாம்
சூத்ராணாம் பாரிசர்யகம் ||

பிராமணனுக்குப் பலம் அவனது கல்வி அறிவு; அரசனின் ஆற்றல் அவனது படை; வைசியனுக்குப் பலம் அவனது செல்வம்; சூத்ரனுக்குப் பலம் அவனது பணியின் திறமை.

17

நிர்தனம் புருஷம் வேச்யா
ப்ரஜா பக்னம் ந்ருபம் த்யஜேத் |
ககா வீதஃபலம் வ்ருக்ஷம்
புக்த்வா ச அப்யாகத: க்ருஹம் ||

பணமில்லை என்றால் தனது வாடிக்கையாளரையும் விலைமகள் நிராகரிப்பாள்; தோல்வியுற்ற மன்னனை விட்டு மக்கள்

நீங்குவர். பட்ட மரத்தை விட்டுப் பறவைகள் பறந்து போகும். அதைப்போல வந்த விருந்தினர் விருந்து முடிந்தவுடன் புறப்பட்டுச் செல்ல வேண்டும்.

18

க்ருஹீத்வா **தக்ஷிணாம்** விப்ரா:
த்யஜந்தி **யஜ**மானகம் |
ப்ராப்த வித்யா **குரும் சிஷ்**யா
தக்த ஆரண்யம் ம்ருகா: ததா ||

தட்சிணைப் பெற்றபின் பிராமணன் அவ்விடத்தை விட்டு அகன்று போவான். சாஸ்திரம் கற்றபின் சீடன் ஆசானிடமிருந்துப் பிரிந்து செல்வான். வனத்தில் தீ மூண்டால் விலங்குகள் வெளியேறும்.

19

துராசாரீ **து**ராத்ருஷ்டி:
துராவாஸீ ச **துர்**ஜன: |
யத் மைத்ரீ க்ரியதே பும்பி: நர:
சீக்ரம் விநச்யதி ||

அறநெறி அற்றவர்கள், பாவிகள், தீயவர்கள் அல்லது கொடூர மனம் படைத்தவர்கள் ஆகிய இவர்களோடு தோழமை கொண்டவன் அறிவாளியாக இருந்தாலும் கொஞ்சகாலத்தில் அழிந்து போவான்.

20

ஸமானே **சோப**தே ப்ரீதி:
ராக்ஞி ஸேவா ச **சோப**தே |
வாணிஜ்யம் வ்யவஹாரேஷு
திவ்யா ஸ்த்ரீ **சோப**தே **க்**ருஹே ||

சம அந்தஸ்து உடையவர்களுடன் நட்பும், அரசனுக்குப் பணி செய்வதும் நல்லது. வர்த்தகம் செய்வது வைசியனுக்கு உகந்தது. உத்தமி ஒருத்தி வீட்டில் உறைவதே மேல். அவள் வீட்டில் தான் ஒளிர்கிறாள்.

3

1

கஸ்ய தோஷ: குலே ந அஸ்தி
வ்யாதினா க: ந பீடித: |
வ்யஸனம் கேன ந ப்ராப்தம்
கஸ்ய ஸௌக்(கி)யம் நிரன்தரம் ||

இந்த உலகத்தில் களங்கமற்றக் குடும்பம் ஒன்று உண்டா? ஒரு போதும் நோயால் பாதிக்கப்படாதவன் ஒருவன் இருக்கிறானா? இங்குத் துயரப்படாதவன் எவன்? எப்போதும் இன்பத்தில் திளைப்பவன் எவன்? – யாருமில்லை.

2

ஆசார: குலம் ஆக்யாதி
தேசம் ஆக்யாதி பாஷணம் |
ஸம்ப்ரம: ஸ்நேஹம் ஆக்யாதி
வபு: ஆக்யாதி போஜனம் ||

உனது பழக்க வழக்கங்கள் உன் குடும்பத்தைக் காட்டிக் கொடுக்கும்; நீ பேசும் மொழி நீ எந்தப் பகுதியைச் சார்ந்தவன் என்பதைச் சொல்லும். நீ விருந்தினரை உபசரிக்கும் விதம் உனது அன்பைக் காட்டும். உனது தேகம் நீ புசிக்கும் உணவை உணர்த்தும்.

3

ஸுகுலே யோஜயேத் கன்யாம்
புத்ரம் வித்யாஸு யோஜயேத் |
வ்யஸனே யோஜயேத் சத்ரும்
மித்ரம் தர்மேண யோஜயேத் ||

உனது மகளை உயர்ந்த குடியில் மணம் செய்து கொடு. மகனைக் கல்வியில் மேம்படச் செய். எதிரியைத் தீய பழக்கங்களுக்கு உட்படுத்து தோழனை நற்காரியங்களில் ஈடுபடுத்து.

4

துர்ஜனஸ்ய ச ஸர்(ப்)பஸ்ய
வரம் ஸர்ப: ந துர்ஜன: |
ஸர்ப: தம்சதி காலே து
துர்ஜன: து பதே பதே ||

ஒரு பாம்பையும் ஒரு கெட்டவனையும் ஒப்பிட்டால் பாம்பின் தீமை குறைவு. பாம்பு ஒருமுறைதான் தீண்டும். கெட்டவனோ நீ எடுத்து வைக்கும் ஒவ்வோரு அடியிலும் உனக்குக் கெடுதி விளைவிப்பான். கெட்டவனைவிட பாம்புமேல்.

5

ஏதத் அர்(த்)தே குலீனானாம்
ந்ருபா: குர்வன்தி ஸங்க்ரஹம் |

ஆதி மத்ய அவஸானேஷு
 ந தே கச்சந்தி விக்ரியாம் ||

அறிவார்ந்த உத்தம புருஷர்கள் சாதகமற்ற மோசமான சூழ்நிலையில்கூட யாரையும் கைவிடமாட்டார்கள். அரசர்களும் அறிஞர்களும் அத்தகையவர்களைத் தன்னுடன் வைத்துப் போற்றுவர். அவர்களும் தம்மைப் போற்றுவோரை விட்டு அகலாது எத்தகையச் சூழ்நிலையையும் துணிவுடன் எதிர் கொள்வார்கள்.

6

ப்ரளயே பின்னமர்யாதா
 பவந்தி கில ஸாகரா: |
ஸாகரா பேதமிச்சந்தி
 ப்ரளயே அபி ந ஸாதவ: ||

பிரளய காலத்தில் கடல் தனது எல்லையைக் கடந்து பெரும் நிலத்தை விழுங்கி விடுகிறது. ஆனால் உத்தம புருஷர்கள் எந்தச் சூழ்நிலையிலும் பொறுமை காத்துக் கலங்காமல் இருப்பார்கள். தமது மனத்திண்மையால் பிரச்சனைகளுக்குத் தீர்வு காண முனைவர்.

7

மூர்(க்)க: து ப்ரஹர்தவ்ய:
 ப்ரத்யக்ஷ: த்விபத: பசு: |
பித்யதே வாக்ய–சல்யேன
 அத்ருசம் கண்டகம் யதா ||

ஒரு முட்டாள் இருகால் கொண்ட விலங்குக்குச் சமமானவன். அவனால் நல்லது எது, தீயது எது என்றுப் பிரித்தறிய முடியாது. அவனால் போதிக்கவும் முடியாது. அத்தகைய நபரை விட்டு உடனே விலகிவிடு. அவன் காலில் தைத்த முள் போன்று வேதனை அளிப்பவன். பேதையின் பேச்சு பெருமகனை அடிக்கடி குத்தித் துன்புறுத்தும்.

8

ரூபயௌவன ஸம்பன்னா
 விசாலகுல ஸம்பவா:

வித்யாஹீனா ந சோபந்தே
நிர்கந்தா: கிம்சுகா யதா ||

கட்டுறுதியான உடலும், ஈர்க்கும் அழகும், சிறந்த, உயர்ந்த குடிப்பிறப்பும் ஒருவன் பெற்றிருந்தாலும் அவன் கல்வியறிவு பெறவில்லை எனில் அவன் அழகான வாசனையற்ற கிம்சுக மலர்களைப் போன்றவன்.

9

கோகிலானாம் ஸ்வர: ரூபம்
ஸ்த்ரீணாம் ரூபம் பதிவ்ரதம் |
வித்யா ரூபம் குரூபாணாம்
க்ஷமா ரூபம் தபஸ்வினாம் ||

குயிலின் அழகு குரலில். பெண்ணின் அழகு தனது கணவன் மீதுள்ள விசுவாசத்தில். அழகில்லாதவனுக்கு அழகு அவனது கல்வியறிவில். துறவிக்கு அழகு மன்னிக்கும் குணத்தில்.

10

த்யஜேத் ஏகம் குலஸ்யார்(த்)தே
க்ராமஸ்யார்(த்)தே குலம் த்யஜேத் |
க்ராமம் ஜனபதஸ்யார்(த்)தே
ஆத்மார்(த்)தே ப்ருதிவீம் த்யஜேத் ||

ஒரு குடும்ப நலன் கருதி (குடும்பத்தில்) ஒருவனைத் தியாகம் செய்யலாம். ஒரு கிராம நலனுக்காக ஒரு குடும்பத்தை இழக்கலாம். ஒரு நாட்டுக்காக ஒரு கிராமத்தை இழக்கலாம். உன்னைவிட உலகம் பெரிதல்ல. உனது ஆன்ம வளர்ச்சிக்கு உலகையே தியாகம் செய்யலாம்.

11

உத்யோகே நாஸ்தி தாரித்ரயம்
ஜபத: நாஸ்தி பாதகம் |
மௌனேன கலஹ: நாஸ்தி
நாஸ்தி ஜாகரிதே பயம் ||

கடுமையாக உழைப்பவனை ஏழ்மை அண்டாது. பக்தன் பாவி ஆவதில்லை; மௌனம் சண்டைக்கு வழி வகுக்காது.

எச்சரிக்கையோடும் விழிப்போடும் இருப்பவன் அஞ்சுவதற்கு எதுவுமில்லை; (யாராலும் அவனுக்கு தீங்கிழைக்க இயலாது).

12

அதிரூபேண வா ஸீதா
 அதிகர்வேண ராவண: |
அதிதானாத் பலிர்பத்த: ஹி
 அதி ஸர்வத்ர வர்ஜயேத் ||

அளவற்ற அழகால் சீதை கவரப்பட்டாள். அளவற்ற கர்வத்தால் இராவணன் வதைக்கப்பட்டான். அளவற்ற தானதருமம் அரசன் மஹாபலியை ஏதுமற்றவனாக்கி பூமிக்குள் அழுத்தியது. எனவே அளவுக்கதிகமானது எதுவுமே ஆபத்தானது. அதைத் தவிர்த்து விடு.

இந்த ஸ்லோகத்தின் மாறுபட்ட வடிவம்,

அதிரூபாத் ஹ்ருதா ஸீதா ச
 அதிகர்வாத் ராவண: ஹத:|
அதிதானாத் பலிர்பத்த: ச
 அதி ஸர்வத்ர வர்ஜயேத் ||

13

க: ஹி பார: ஸமர்(த்)தானாம்
 கிம் தூரம் வ்யவஸாயினாம் |
க: விதேச: ஸுவித்யானாம்
 க: பர: ப்ரியவாதினாம் ||

வல்லவனுக்குச் சுமையானது என்று எதுவுமில்லை. தொழில் திறனுள்ளவனுக்கு எந்த இடமும் தொலைவான தூரமில்லை. கற்றறிந்தவனுக்கு எந்த இடமும் அந்நியமானதல்ல. இனிமை யாய்ப் பேசுகிறவனுக்குப் பழக்கமற்றவன் என்று யாருமில்லை; எனவே அவனுக்குப் பகைவர்கள் என்று யாருமில்லை.

14

ஏகேன அபி ஸுவ்ருக்ஷேண:
புஷ்பிதேன ஸுகந்தினா |
வாஸிதம் தத் வனம் ஸர்வம்
ஸுபுத்ரேண குலம் யதா ||

ஒரு காடு முழுவதையும் மணக்கச் செய்ய நன்கு மலர்ந்த, நறுமணம் வீசும் மலர்களைக் கொண்ட ஒரு மரம் போதும். அதே போல ஒரு குடும்பத்திற்குப் பெருமை சேர்க்க நற்பண்புகள் கொண்ட ஒரு மகன் போதும்.

15

ஏகேன சுஷ்கவ்ருக்ஷேண
தஹ்யமானேன வஹ்னினா |
தஹ்யதே தத் வனம் ஸர்வம்
குபுத்ரேண குலம் யதா ||

காய்ந்த மரமொன்றில் தீ பற்றினால் காடு முழுவதும் எரிந்து சாம்பலாகும். ஒரு குடும்பத்தை முற்றிலும் நாசமாக்க பண்புகள் இல்லாத ஒரு மகன் போதும். [பாடபேதம்: சுஷ்கதருணா]

16

ஏகேன அபி ஸுபுத்ரேண
வித்யாயுக்தேன ஸாதுனா |
ஆஹ்லாதிதம் குலம் ஸர்வம்
யதா சந்த்ரேண சர்வரீ ||

இரவுக்கு ஒளியூட்ட தனித்த ஒரு நிலவு போதும். கற்றுத் தேர்ந்த அறிவும் பண்பும் நிறைந்த மகன் ஒருவன் போதும் அவனது குடும்பத்திற்குப் பெருமை சேர்க்க.

17

கிம் ஜாதை: பஹுபி: புத்ரை:
சோகஸன்தாபகாரகை: |
வரமேக: குலாலம்பீ
யத்ர விச்ராம்யதே குலம் ||

திறனற்றப் பல பிள்ளைகள் இருப்பதைவிட ஒரு குணம் மிகு செல்வன் போதுமானவன். குணமிழந்தவன், குடும்பத்திற்கு அவப்பெயரையும் துக்கத்தையும் கொண்டு வந்து அழிவுக்கு வழிவகுக்கிறான். ஆனால் ஒரு பண்பாளன் சமூகத்தில் தனது குடும்பத்திற்குப் பெருமைமிகு இடத்தை அளிப்பான்.

18

லாலயேத் பஞ்சவர்ஷாணி
தசவர்ஷாணி தாடயேத் |
ப்ராப்தே து ஷோடசே வர்ஷே
புத்ரே மித்ரவத் ஆசரேத் ||

ஐந்து வயது வரை உனது மகனைப் பாசத்துடன் வளர்த்தெடு. அடுத்த பத்து ஆண்டுகள் அவனிடம் கடுமையாக நடந்து கொள். அவன் பதினாறு வயதை எட்டிய பின் அவன் உனக்குத் தோழன்.

19

உபஸர்கே அன்யசக்ரே ச
துர்பிக்ஷே ச பயாவஹே |
அஸாதுஜன ஸம்பர்கே ய:
பலாயேத் ஸ: ஜீவதி ||

அச்சமூட்டுகிற இடையூறுகள், கலவரங்கள் எதிரியின் தாக்குதல் ஆகியவற்றிலிருந்து மீண்டு வந்தவன், கடும் வறட்சியிலிருந்து தப்பியவன், தீயோர் கூட்டுறவினின்று விலகி வந்தவன் ஆகிய இவர்கள் தமது வாழ்க்கையைப் பாதுகாத்து வாழத் தெரிந்தவர்கள்.

20

தர்ம அர்(த்)த காமமோக்ஷாணாம்
யஸ்ய ஏக: அபி ந வித்யதே |
அஜாகல: தன: ஏவ
தஸ்ய ஜன்ம நிரர்தகம் ||

தர்ம நம்பிக்கையற்றவன், செல்வமற்றவன், பாலியல் சுகமற்றவன், மோட்சகதி இல்லாதவன் ஆகிய இவர்களது வாழ்க்கை பாழ்.

இத்தகைய வாழ்க்கை மரணத்தைப் போன்றது. சாகப் பிறந்து மீண்டும் பிறப்பெடுக்க விதிக்கப்பட்டவர்கள் இவர்கள்.

21

மூர்(க்)கா யத்ர ந பூஜ்யந்தே
தான்யம் யத்ர ஸுஸஞ்சிதம் |
தாம்பத்யே கலஹ: ந அஸ்தி
தத்ர ஸ்ரீ: ஸ்வயம் ஆகதா ||

முட்டாள்கள் எங்குக் கௌரவிக்கப்படவில்லையோ, எங்கு உணவுப் பண்டங்கள் நிறைந்து கிடக்கின்றனவோ, எங்குக் கணவன் மனைவி சண்டையிட்டுக் கொள்ளாமல் இருக்கிறார்களோ, அந்த வீட்டுக்குத் தானே விரும்பி வருகிறாள் மகாலக்ஷ்மி.

4

1

ஆயு: கர்ம ச வித்தம் ச
வித்யா நிதனம் ஏவ ச |
பஞ்சைதானி ஹி ஸ்ருஜ்யந்தே
கர்பஸ்தஸ்ய ஏவ தேஹின: ||

மனித வாழ்க்கையை வரையறுக்கும் அடிப்படை அளவு கோல்கள் ஐந்து: வயது, தொழில், பணபலம், கல்விநிலை மற்றும் மரணம்; இவ்வைந்தும் மனிதன் கருவறையில் வாழும்போதே தீர்மானிக்கப்பட்டு விடுகின்றன.

2

ஸாதுப்ய: தே நிவர்தன்தே
புத்ரமித்ராணி பாந்தவா: |
யே ச தை: ஸஹ கன்தார:
தத் தர்மாத் ஸுக்ருதம் குலம் ||

சமூகத்தினின்று விடுபட்டு பற்றுகளில் பற்றில்லாமல் துறவியாகிறபோது அவருக்கு விடை கொடுத்து வீடு திரும்பும் உறவினர்களும் நண்பர்களும் உலகப் பற்றுகளிலிருந்து விடுபடுவதில்லை. ஆனால், புனிதச் செயல்களில் தங்களை ஈடுபடுத்திக் கொள்பவர்கள் தங்களது குடும்பத்தைச் சீர்திருத்துகின்றனர்.

3

தர்சன த்யான ஸம்ஸ்பர்சை: மத்ஸீ
கூர்மீ ச பக்ஷிணீ |
சிசும் பாலயதே நித்யம்
ததா ஸஜ்ஜன ஸங்கதி: ||

மீனும், ஆமையும், பறவையும் தமது குஞ்சுகளை முறையே தொட்டும் தடவியும் கவனித்துப் பேணி வளர்ப்பது போல் மனித குலத்தில் புனிதர்கள் தமது பார்வையாலும் அருளுரைகளாலும் சாதாரண மக்களை ஆன்மிக வளர்ச்சியில் உயர்த்துகின்றனர்.

4

யாவத் ஸ்வஸ்த: ஹி அயம் தேஹ:
யாவத் ம்ருதயு: ச தூரத: |
தாவத் ஆத்மஹிதம் குர்யாத்
ப்ராணான்தே கிம் கரிஷ்யதி ||

உடல் நலமுடன் இருக்கும்போது மரணம் விலகி வெகு தொலைவில் நிற்கும். அப்போதே தானதருமங்கள் முதலிய நற்செயல்களை செய்துவிட வேண்டும். மரணம் நெருங்கும்போது எதையும் செய்ய முடியாது. மரணம் அனைத்தையும் நிறுத்தி விடும்.

(ஏறக்குறைய இதே கருத்தைச் சுமந்த (ஸுபாஷிதம்) நன்மொழியைப் பிற்சேர்க்கையில் காண்க.)

5

காமதேனு குணா வித்யா
ஹி அகாலே ஃபலதாயினீ |
ப்ரவாஸே மாத்ருஸத்ருசீ
வித்யா குப்தம் தனம் ஸ்ம்ருதம் ||

கல்வி என்பது காமதேனுவைப் போன்றது. அந்நிய நிலத்திலும் அன்னையைப் போல உன்னைப் பாதுகாப்பது கல்வி, கற்றவன் எந்த நெருக்கடியையும் எதிர்கொள்ளும் திறன் பெற்றிருப்பான். கல்வி ஒரு ரகசியக் கருவூலம்.

6

ஏக: அபி குணவான் புத்ர:
நிர்குணேன சதேன கிம் |
ஏக: சந்த்ர: தம: ஹன்தி
ந ச தாரா: ஸஹஸ்ரச: ||

ஆகாயத்தில் ஆயிரமாயிரம் விண்மீன்கள் இருக்கலாம். அவற்றால் இருளை விரட்ட முடியுமா? அதற்கு ஒரு நிலா போதும். பயனற்ற நூறு மகன்கள் இருப்பதைவிட நற்குணம் வாய்த்த ஒரு மகன் போதும்.

7

மூர்(க்)க: சிராயு: ஜாத: அபி
தஸ்மாத் ஜாதம்ருத: வர:
ம்ருத: ஸ: ச அல்பதுக்காய
யாவத் ஜீவம் ஜட: தஹேத் ||

ஒரு முட்டாள் மகன் நெடுநாள் வாழ்வதைவிட சீக்கிரம் சாகலாம். அவனது மரணம் ஒரே ஒருமுறைதான் துயரப்படுத்தும். அவன் வாழ நேர்கையில் அவனது மூடச் செயல்களால் சோகத்தையும் துயரத்தையும் அவன் வாழும் ஒவ்வொரு கணத்திலும் வழங்கிக் கொண்டிருப்பான்.

8

குக்ராமவாஸ: குலஹீனஸேவா
குபோஜனம் க்ரோதமுகீ ச பார்யா |

புத்ர: ச மூர்(க்)க: விதவா ச கன்யா
வினா அக்னினா ஷட்ப்ரதஹன்தி காயம் ||

தீயவர்கள் வாழும் ஊரில் குடியிருத்தல், இழிந்த குடும்பங்களுக்குப் பணி செய்தல், கெட்டுப்போன உணவு, சண்டைக்காரியான மனைவி, முட்டாள் மகன், விதவையாகிவிட்ட மகள் – இவர்கள் யாவரும் தீயின்றித் தேகத்தைக் கொளுத்துவார்கள்.

9

கிம் தயா க்ரியதே தேன்வா
யா ந தோக்த்ரீ ந கர்பிணீ |
க: அர்(த்)த: புத்ரேண ஜாதேன
ய: ந வித்வான் ந பக்திமான் ||

கன்று ஈனாத மலட்டுப் பசுவுக்கும் கறவை நின்ற பசுவுக்கும் மதிப்பு உண்டா? இல்லை. அதுபோல கல்வியறிவு இல்லாத மகனாலும், கடவுள் பக்தி இல்லாத மகனாலும் யாது பயன்?

10

ஸம்ஸார தாப தக்தானாம்
த்ரய: விச்ராந்தி ஹேதவ: |
அபத்யம் ச கலத்ரம் ச
ஸதாம் ஸங்கதி: ஏவ ச ||

இந்த உலகத்தில் ஏதோ ஒரு துயரத்தால் ஒவ்வொருவரும் துன்பப்படுகின்றனர். அப்படிப்பட்டவர்களுக்கு ஒரு பண்புள்ள மகன், விசுவாசமிக்க மனைவி மற்றும் நல்லோர் ஆகியோரின் இருப்பு, மகிழ்ச்சியும் ஆறுதலும் அளிக்கும்.

11

ஸக்ருத் ஜல்பன்தி ராஜான:
ஸக்ருத் ஜல்பன்தி பண்டிதா: |
ஸக்ருத் கன்யா: ப்ரதீயன்தே
த்ரீணி ஏதானி ஸக்ருத் ஸக்ருத் ||

அரசன் ஒருமுறைதான் உத்தரவிடுவான். கற்றறிந்த அறிஞர்களும் ஒருமுறைதான் விளக்கமளிப்பார்கள். கன்னியர் தானமும் ஒருமுறைதான் நிகழும்.

12

ஏகாகினா தப: த்வாப்யாம்
படனம் காயனம் த்ரிபி: |
சதுர்பி: கமனம் க்ஷேத்ரம்
பன்சபி: பஹுபி: ரண: ||

மந்திரம் ஜெபிக்க ஒருவனே போதும். படிப்பதற்கு இருவர் வேண்டும். பாட்டுப் பயிற்சிக்கு மூன்று பேர் சேர்ந்து செய்வது நல்லது. வெளியே புனிதப் பயணம் மேற்கொள்ளும்போது நால்வராகச் செல்வது நல்லது. வயலில் ஐந்து பேராக உழைக்க வேண்டும். ஆனால் போரில் ஈடுபட ஏராளமான பேர் வேண்டும்.

13

ஸா பார்யா யா சுசிர்தக்ஷா
ஸா பார்யா யா பதிவ்ரதா |
ஸா பார்யா யா பதிப்ரீதா
ஸா பார்யா ஸத்யவாதினீ ||

ஒரு சிறந்த மனைவி பொய்ப் பேசாத சத்யவதியாக இருப்பாள்; கணவன் மீது விசுவாசமிக்க பதிவிரதையாக இருப்பாள்; கணவன் மீது பேரன்பு கொண்டிருப்பாள்; புனிதமானவளாகவும் அறிவாளியாகவும் இருப்பாள்;

14

அபுத்ரஸ்ய க்ருஹம் சூன்யம்
திச: சூன்யா: து அபாந்தவா: |
மூர்(க்)கஸ்ய ஹ்ருதயம் சூன்யம்
ஸர்வசூன்யா தரித்ரதா ||

குழந்தைகள் இல்லாத இல்லம் பாழ்நிலம். உற்ற நண்பர்களும் உறவினர்களும் இல்லாதவன் தனியன். முட்டாளுக்கும் ஏழைக்கும் அன்பு பாசம் போன்ற உணர்ச்சிகள் இல்லை. முழுமையான சூன்யம் வறுமை.

15

அனப்யாஸே விஷம் சாஸ்த்ரம்
அஜீர்ணே போஜனம் விஷம் |
தரித்ரஸ்ய விஷம் கோஷ்டீ
வ்ருத்தஸ்ய தருணீ விஷம் ||

பயிற்சி செய்யாமல் பயன்படுத்தாமல் இருந்தால் கற்றக் கல்வியும் விஷம். பசிக்காமல் உட்கொண்ட உணவு விஷம். சமூகத்தில் அவையும் அரங்கமும் ஏழைக்கு விஷம். அங்கே அவன் இகழ்ச்சிக்கு ஆளாவான். வயது முதிர்ந்த ஒருவனுக்கு இளம் மனைவி விஷம்.

16

த்யஜேத் தர்மம் தயாஹீனம்
வித்யாஹீனம் குரும் த்யஜேத் |
த்யஜேத் க்ரோதமுகீம் பார்யாம்
நிஸ்நேஹான் பாந்தவான் த்யஜேத் ||

கருணையற்ற மதத்தைக் கைவிடு. சாஸ்திர மேன்மை அற்றவனைக் குருவாக ஏற்காதே. எரிந்து விழுகிற பெண்ணை மனைவியாக ஏற்காதே; ப்ரியமில்லாத உறவுகளை உதறிவிடு.

17

அத்வா ஜரா தேஹவதாம்
பர்வதானாம் ஜலம் ஜரா |
அமைதுனம் ஜரா ஸ்த்ரீணாம்
வஸ்த்ராணாம் ஆதப: ஜரா ||

எப்போதும் பயணம் செய்பவன் முதுமை அடைகிறான். மலையில் தேங்கிய நீரும் வீண். உடலுறவு கிட்டாத பெண் கிழவி ஆகிவிடுகிறாள். சூரிய ஒளியில் காயும் துணி சாயமிழக்கும்.

18

இந்த்ரியாணி ச ஸம்யம்ய
பகவத் பண்டித: நர: |
தேச கால பலம் ஞாத்வா
ஸர்வகார்யாணி ஸாதயேத் ||

புலன்களைக் கட்டுப்படுத்திக் கொக்கு போல இருக்கும் மனிதன் பண்டிதன். காலமறிந்து இடமறிந்து தனது வலிமையறிந்து செயல்படுபவன் எதையும் சாதித்துக் கொள்வான்.

ஒப்பு: குறள்: 490
கொக்கொக்க கூம்பும் பருவத்து மற்றதன்
குத்தொக்க சீர்த்த இடத்து

19

க: கால: கானி மித்ராணி
க: தேச: கௌ வ்யயாகமௌ |
க: ச அஹம் கா ச மே சக்தி:
இதி சின்த்யம் முஹு: முஹு: ||

இந்தக் காலம் எத்தகையது? என் நண்பன் யார்? நானிருக்கும் இடம் எப்படிப்பட்ட நிலம்? என் வரவென்ன? செலவென்ன? நான் யார்? என் பலம் என்ன? இந்தக் கேள்விகளை உன்னிடத்தில் நீயே கேட்டு சிந்தித்திரு; உனக்கு வெற்றி நிச்சயம்.

20

அக்னி: தேவ: த்விஜாதீனாம்
முனீனாம் ஹ்ருதி தைவதம்
ப்ரதிமா ஸ்வல்பபுத்தீனாம்
ஸர்வத்ர ஸமதர்சின: ||

பிராமண, க்ஷத்திரிய, வைசிய குலத்தினர் இரு பிறப்பாளர்கள்: அவர்கள் இருமுறை ஜனிக்கப்படுகிறார்கள். தாயின் கருவறையிலிருந்து ஒருமுறையும், குருவின் மூலம் ஞானம் பெறும்போது மறுமுறையும் பிறப்பெடுக்கிறார்கள். இவர்களுக்குத் தெய்வம் அக்னி; ஆனால் ஞானிகள் தெய்வத்தைத் தனது இதயத்தில் கண்டு கொள்கின்றனர். ஞானக் குறைவுள்ளோர், விக்ரகங்களில் தெய்வ தரிசனம் பெறுகின்றனர். இந்த உலகத்தில் பேதமற்றவர்கள், கடவுள், உலகம் முழுவதும் வியாபித்திருப்பதாக உணர்ந்து கொள்கின்றனர்.

5

1

குரு: அக்னி: த்விஜாதீனாம்
வர்ணானாம் ப்ராம்மண: குரு: |
பதி: ஏவ குரு: ஸ்த்ரீணாம்
ஸர்வஸ்ய அப்யாகத: குரு: ||

பிராமணர், க்ஷத்திரியர், வைசியர் ஆகிய மூவகைச் சமூகத்தினருக்கு அக்னி தேவன் குரு. ஏனைய சமூகத்தினருக்குப் பிராமணன் குரு. மனைவிக்குக் கணவன் குரு. ஒரு வீட்டில் உள்ள அனைவருக்கும் வந்த விருந்தினர் குரு.

* ஸம்ஸ்க்ருத பாடமாலா என்ற நூலில் இந்தப் பகுதிக்குச் சொல்லப்பட்ட பொருள்: "அந்தணர்களுக்கு அக்னி குரு. நால்வருணத்தவர்க்கும் அந்தணன் குரு."

2

யதா சதுர்பி: கனகம் பரீக்ஷ்யதே
நிகர்ஷண ச்சேதன தாப தாடனை: |
ததா சதுர்பி: புருஷ: பரீக்ஷ்யதே
த்யாகேன சீலேன குணேன கர்மணா ||

தேய்த்தும் அடித்தும் அறுத்தும் ஊது உலையில் இட்டும் தங்கத்தின் தரம் அறியப்படுவது போல, மனிதனின் தரம் அவனது தியாகம், அறவொழுக்கம், பண்புகள் மற்றும் செயல் பாடுகளால் அறியப்படும்.

3

தாவத் பயேஷு பேதவ்யம்
யாவத் பயம் அனாகதம் |
ஆகதம் து பயம் வீக்ஷ்ய
ப்ரஹர்தவ்யம் அசன்கயா ||

இடர்களும் சிக்கல்களும் தொலைதூரத்தில் மட்டுமே தெரியும் வரை அவற்றைக் கண்டு கவலைப்பட வேண்டும்; பயப்பட வேண்டும். ஆனால் பிரச்சனை வெகு அருகில் நெருங்கி உன்னைச் சூழ்ந்துவிட்டால் அதை எதிர்த்துத் துணிவோடு போராட வேண்டும்.

4

ஏக உதர ஸமுத்பூதா
ஏக நக்ஷத்ர ஜாதகா: |
ந பவன்தி ஸமா: சீலே
யதா பதரகன்டகா: ||

ஒரே தாயின் வயிற்றில் பிறந்திருந்தாலும் ஒரே நட்சத்திரத்தில் பிறந்திருந்தாலும் இரு வேறு பிள்ளைகள் ஒரே குணம் பெற்றிருப்பதில்லை. இலந்தை மரத்தில் பழங்களுடன் முட்களும் இருப்பது போல.

5

நிஸ்ப்ருஹ: ந அதிகாரி
ஸ்யாத் ந அகாம: மண்டனப்ரிய: |

ந அவிதக்த: ப்ரியம் ப்ரூயாத்
 ஸ்பஷ்டவக்தா ந வன்சக: ||

அதிகாரி ஆசைக்காரன்; துஷ்பிரயோகம் செய்வான். எப்போதும் தனக்கு அலங்காரம் செய்து கொள்பவன் காம வேட்கை மிகுந்தவனாவான். முட்டாளுக்கு மென்மையாகப் பேசத் தெரியாது. மனம் திறந்து பேசுகிறவன் தந்திரம் அறியாதவன்.

6

மூர்(க்)காணாம் பண்டிதா
 த்வேஷ்யா அதனானாம் மஹாதனா: |
பராங்கனா குலஸ்த்ரீணாம்
 ஸுபகானாம் ச துர்பகா: ||

முட்டாள்களுக்கு அறிஞர்கள் மீது பொறாமை. ஏழைகளுக்குப் பணம் படைத்தவனைப் பிடிக்காது. நற்குடிப் பெண்கள் மீது தாசிகளுக்குப் பொறாமை. சுமங்கலிகளை விதவைகளுக்குப் பிடிக்காது.

7

ஆலஸ்ய உபகதா வித்யா
 பரஹஸ்த கதம் தனம் |
அல்ப பீஜம் ஹதம் க்ஷேத்ரம்
 ஹதம் ஸைன்யம் அநாயகம் ||

பயன்படுத்தப்படாத அறிவு அழிந்து போகும். பிறர் கைக்குச் சென்ற செல்வம் அழிந்துபோகும். விதைத் தட்டுப்பாடு விளைச்சளைப் பாதிக்கும். தளபதி இல்லாத சேனை தோல்வியைத் தழுவும்.

8

அப்யாஸாத் தார்யதே வித்யா
 குலம் சீலேன தார்யதே |
குணேன ஞாயதே து ஆர்ய:
 கோப: நேத்ரேண கம்யதே ||

தொடர்ந்த பயிற்சி உனது கல்வியை நிலைபெறச் செய்யும். உனது நடத்தை உனது பரம்பரைக் கௌரவத்தைப் புலப்படுத்தும். நீ

நல்லவன் என்பதை உனது நற்பண்புகள் அடையாளப்படுத்தும்; உனது கண்களோ உனது சினத்தைக் காட்டி விடும்.

9

வித்தேன ரக்ஷ்யதே **த**ர்ம:
வி**த்**யா யோ**கே**ன ரக்ஷ்யதே |
ம்ரு**து**னா ரக்ஷ்யதே **பூ**ப:
ஸத்ஸ்த்ரியா ரக்ஷ்யதே **க்**ருஹம் ||

அறத்தைப் பாதுகாப்பது செல்வம். கல்வியைக் காப்பது தியானம். இனிய மொழி அரசனைக் காக்கும். நன்னடத்தை கொண்ட பெண் வீட்டிற்குப் பாதுகாப்பு அளிக்கிறாள்.

10

அன்யதா வே**த**சாஸ்த்ராணி
ஞான பாண்**டி**த்யம் அன்யதா |
அன்யதா தத் ப**த**ம் **சா**ந்தம்
லோகா: க்லி**ச்**யந்தி ச ஆஹ்ன்யதா ||

வேத மேன்மையையும் வேத அறிவையும் உண்மையானவர் களையும் விமர்சிக்கிறவன் அல்லது பரிகசிக்கிறவன் இம்மையிலும் மறுமையிலும் பெரும் துன்பத்துக்கு ஆட்படுவான்.

11

தாரி**த்**ரய நாசனம் **தா**னம்
சீலம் **து**ர்க**தி** நாசனம் |
அஞ்ஞான நா**சி**னீ ப்ரக்ஞா
பாவனா **ப**யநா**சி**னீ ||

அறக்கொடை (தானம்) ஏழ்மையை அகற்றும்; நன்னடத்தைத் தாழ்ச்சியுறாமல் இடர்களை நீக்கும்; உண்மையான ஞானம் அறியாமையை அழிக்கும். திடசித்தம் பயம் போக்கும்.

12

நாஸ்தி காமஸம: வ்யா**தி:**
நாஸ்தி மோஹஸம: ரிபு: |
நாஸ்தி கோபஸம: வஹ்னி:
நாஸ்தி ஞானாத் பரம் ஸுகம் ||

காமத்துக்கு இணையான நோய் ஏதும் இல்லை. மோஹத்துக்கு இணையான பகை இல்லை. கோபத்துக்கு இணையான நெருப்பு இல்லை. ஞானத்தைவிடப் பெரும் / உயர்ந்த இன்பந் தருவது ஏதுமில்லை.

13

ஜன்ம ம்ருத்யூ ஹி யாதி ஏக:
  புனக்தி ஏக: சுபா அசுபம் |
நரகேஷு பததி ஏக:
  ஏக: யாதி பராம் கதிம் ||

உலகத்தில் மனிதன் வரும்போது தனியனாய் வருகிறான். தனியாகவே தனது முடிவைச் சந்திக்கிறான். தனது நல்வினை, தீவினைப் பயன்களை அவனே ஏற்றுக்கொள்கிறான். அவன் நரகத்தில் இடர்ப்படுவதும் சொர்க்கம் எய்துவதும் தன்னந் தனியாகவே.

14

த்ருணம் ப்ரஹ்மவித: ஸ்வர்க:
  த்ருணம் சூரஸ்ய ஜீவிதம் |
ஜிதாசஸ்ய த்ருணம் நாரீ
  நிஸ்ப்ருஹஸ்ய த்ருணம் ஜகத் ||

பரம்பொருளை அறிந்த பிராமணனுக்குச் சொர்க்கத்தின் சுகங்கள் அற்பமானவை. வீரம் செறிந்த சத்திரியனுக்கு வாழ்க்கை ஒரு பொருட்டல்ல. புலன் அடக்கி வாழ்கிற மனிதனுக்கு ஓர் இளம் பெண்ணின் அழகு ஒரு விஷயமில்லை. லௌகீக விஷயங்களிலிருந்து விடுபட்டவனுக்கு இந்த உலகம் முழுவதும் ஒரு வைக்கோலுக்குச் சமம்.

15

வித்யா மித்ரம் ப்ரவாஸே ச
  பார்யா மித்ரம் க்ருஹேஷு ச |
வ்யாதித: ஔஷதம் மித்ரம்
  தர்ம: மித்ரம் ம்ருதஸ்ய ச ||

அந்நிய நாட்டில் உனது அறிவே உனக்கு நண்பன். குடும்பத்தில் உனது மனைவி உற்ற தோழி; நோயாளிக்குத் தோழன் நல்ல மருந்து. நீ செய்த தான தருமமே மரணத்திற்குப் பின் உனக்குத் தோழன்.

16

வ்ருதா வ்ருஷ்டி: ஸமுத்ரேஷு
வ்ருதா த்ருப்தஸ்ய போஜனம் |
வ்ருதா தானம் ஸமர்தஸ்ய
வ்ருதா தீப: திவா அபி ச ||

ஏற்கனவே சாப்பிட்டவனுக்கு உணவளிப்பதுவும், பணம் படைத்தவனுக்குத் தானமளிப்பதுவும், பகலில் விளக்கேற்றி வைப்பதுவும், கடலில் பெய்கிற மழையும் பயனற்றவை.

17

நாஸ்தி மேகஸமம் தோயம்
நாஸ்தி ச ஆத்ம ஸமம் பலம் |
நாஸ்தி சக்ஷு: ஸமம் தேஜ:
நாஸ்தி தான்ய ஸமம் ப்ரியம் ||

மேகத்தைப் போல தூய நீர் கொண்டது ஏதாவது உண்டா? இல்லை! மனத்திட்பத்தைவிட சக்தி வாய்ந்தது எது? எதுவுமில்லை! கண் ஒளி போல சிறந்த ஒளி வேறெதுவுமில்லை. தானியங்களை விட ருசியானவை, திருப்தியானவை வேறெவையுமில்லை.

18

அதனா தனம் இச்சந்தி
வாசம் ச ஏவ சதுஷ்பதா: |
மானவா: ஸ்வர்கம் இச்சந்தி
மோக்ஷம் இச்சந்தி தேவதா: ||

ஏழைகள் விரும்புவது செல்வம் ஒன்றைத்தான்; மிருகங்கள் மனிதர்களைப் போல பேச விரும்புகின்றன; சாதாரண மனிதர்கள் சொர்க்க லோகத்தை விரும்புகின்றனர். தேவர்களும் துறவிகளும் பற்றறுத்து முக்தி பெற விரும்புகின்றனர்.

19

ஸத்யேன ***தார்யதே*** *ப்ருத்வீ*
ஸத்யேன தபதே ரவி: |
ஸத்யேன வாதி வாயு: ச
ஸர்வம் ஸத்யே ப்ரதிஷ்டிதம் ||

சத்தியம் அல்லது உண்மையால் இந்தப் பூமி நிலை பெற்றிருக்கிறது; தழைக்கிறது. உண்மையின் ஒளிதான் வானத்தில் சூரியனாய் பிரகாசிக்கிறது. சத்தியத்தின் ஆற்றல் காற்றை வீசச் செய்கிறது. இரவு பகல் மாற்றத்தை உண்டு பண்ணுகிறது. சத்தியமே அனைத்திற்கும் அடிப்படை சக்தி எனலாம். எனவே உலகம் சத்தியத்தின் வழியில் இயங்க வேண்டும்.

20

சலா லக்ஷ்மீ: சலா:
ப்ராணா: சலே ***ஜீவிதமந்திரே*** *|*
சலாசலே ச ஸம்ஸாரே
தர்ம ஏக: ஹி நிச்சல: ||

வாழ்க்கையில் எதுவும் நிலைப்பதில்லை. செல்வம் வரும், போகும். இளமையும் நிலைக்காது. வாழ்க்கையும் முடிவுக்கு வரும். மரணம் அனைத்தையும் அழித்துவிடும். இங்கு என்றைக்கும் நீங்காது நிலைத்திருப்பது தர்மம் ஒன்றே.

21

நராணாம் நாபித: ***தூர்த:***
பக்ஷிணாம் ச ஏவ வாயஸ:
சதுஷ்பாதம் ச்ருகால: து
ஸ்த்ரீணாம் ***தூர்தா*** *ச மாலினீ ||*

உலகில் தீயவை எவை? கெட்டவன் யார்? மனிதர்களில் முடிதிருத்துபவன்; பறவைகளில் காகம்; நான்கு கால் விலங்குகளில் குள்ள நரி; பெண்களில் தோட்ட வேலை செய்கிறவள்.

22

ஜனிதா ச உபநேதா ச
　　ய: து வித்யாம் ப்ரயச்சதி |
அன்னதாதா பயத்ராதா
　　பன்சை: தே பிதர: ஸ்ம்ருதா: ||

தந்தையின் ஸ்தானத்துக்கு உரியவர்கள் ஐந்து பேர்: 1. உன்னை உருவாக்கி உயிரளித்த தந்தை 2. உனக்கு உபநயனம் செய்துவித்தப் புரோகிதன் 3. உனக்குக் கல்வி கற்பித்த ஆசான் 4. உனக்கு உணவளித்து வளர்த்தவன் 5. உனக்கு அச்சம் அகற்றி ஆபத்தினின்று பாதுகாப்பவன்:

23

ராஜபத்னீ குரோ: பத்னீ
　　மித்ரபத்னீ ததா ஏவ ச |
பத்னீமாதா ஸ்வமாதா ச பன்சைதா
　　மாதர: ஸ்ம்ருதா: ||

தாயின் நிலைக்குத் தகுதி பெற்ற ஐந்து பெண்கள்: 1. மன்னன் மனைவி 2. குரு பத்தினி 3. நண்பனின் மனைவி 4. மனைவியின் அன்னை 5. பெற்றெடுத்தத் தாய்.

6

1

ச்ருத்வா தர்மம் விஜானாதி
ச்ருத்வா த்யஜதி துர்மதிம் |
ச்ருத்வா ஞானம் அவாப்னோதி
ச்ருத்வா மோக்ஷம் அவாப்னுயாத் ||

சமய நெறிகளை ஒருவன் ஆழமாக அறிந்து கொள்ள வேத ஞான அறிவு மிக அவசியம். வேதஞான அறிவு தீய எண்ணங்களை விட்டொழித்து ஒருவனை அறநெறியில் செலுத்தும். வேத அறிவின் ஆற்றல் புனிதர்களை உலக நன்மைக்காகப் பாடுபடச் செய்து மரணத்திற்குப் பின் மோட்சம் பெற உதவும்.

2

பக்ஷிண: காக: சண்டால:
பசூனாம் ச ஏவ குக்குர: |
முனீனாம் பாப: சண்டால:
ஸர்வ சாண்டால: நிந்தக: ||

பறவைகளில் காகமும், விலங்குகளில் நாயும் இழிவானவை; முனிவர்களில் பாவம் செய்தவன் சண்டாளன்; விமர்சிக்கிறவன் அல்லது புறம் பேசுகிறவன் மிகப் பெரிய பாவி; அவன் இன்னும் இழிவானவன். அவனது பாவங்களே ஒரு நாள் அவனை அழித்துவிடும்.

3

பஸ்மனா சுத்த்யதே காஸ்யம்
தாம்ரம் அம்லேன சுத்த்யதி |
ரஜஸா சுத்த்யதே நாரீ
நதீ வேகேன சுத்த்யதி ||

சாம்பலால் துலக்கப் பித்தளை பாத்திரம் ஒளிரும்; தாமிரம் புளியால் தூய்மைப் படுத்தப்படுகிறது. மாதவிலக்கால் மாதொருத்தி தூய்மையாகிறாள். [மாதவிலக்கு நின்றவள் கருத்தரிக்க இயலாது. எனவே சமூகத்தில் மரியாதை இழக்கிறாள்.] வேகமாய்ப் பாய்ந்து வரும் நதியும் தூய்மையாய் இருக்கும்.

4

ப்ரமன் ஸம்பூஜ்யதே ராஜா
ப்ரமன் ஸம்பூஜ்யதே த்விஜ: |
ப்ரமன் ஸம்பூஜ்யதே யோகீ
ஸ்த்ரீ ப்ரமந்தீ விநச்யதி ||

அரசன் மாறுவேடத்தில் திரிந்தபடி இருக்கவேண்டும். பிராமணனும் யோகியும் கூட அலைந்து திரிந்து தமது அறிவையும் ஞானத்தையும் மக்களுக்கு அளிக்க வேண்டும். ஓரிடத்தில் நிலையாமல் திரியும் இவர்கள் போற்றப்படுகிறார்கள். ஆனால் வீட்டைவிட்டு இறங்கித் திரிகிற பெண் (கெட்ட சகவாசத்திற்கு ஆட்பட்டு) அவப்பெயர் அடைவாள்.

5

காலः பசதி பூதானி
காலः ஸம்ஹரதே ப்ரஜாः ।
காலः ஸுப்தேஷு ஜாகர்தி
காலः ஹி துரதிக்ரமः ॥

காலம் அல்லது மரணம் ஒரு மாபெரும் சக்தி. இந்தப் பூலோக உயிர்கள் அனைத்தையும் இது ஒரு நொடிப் பொழுதில் அழித்து விடும். உயிர்கள் உறங்கும் போதும் காலம் கண்மூடுவதில்லை; என்றைக்குமாக அது இயங்கிக் கொண்டே இருக்கும். தடையற்ற அதன் ஓட்டத்தை யாராலும் கட்டுப்படுத்த இயலாது; அதை வெற்றி கண்டவர் யாருமில்லை.

6

ந பச்யதி ச ஜன்மாந்தः
காமாந்தः ந ஏவ பச்யதி ।
மதோன்மத்தாः ந பச்யந்தி
அர்(த்)தீ தோஷம் ந பச்யதி ॥

பிறவியிலேயே கண்பார்வை இல்லாதவன் எதையும் பார்க்க முடியாது. காமத்தில் கட்டுண்டவன் கண் தெரியாதவன் தான். அவனது இழிசெயல்களை அவனால் பகுத்தறிய முடியாது. குடிபோதைக்கு அடிமையானவனும் ஒரு விதத்தில் குருடன்தான். அவன் சமநிலை இழந்து செல்லும் வழி தெரியாது திகைத்து நிற்பான். இதேபோல் ஒன்றை அடைய ஆசைப்படும் சுயநலக்காரனும் பாவம் செய்பவனும் குருடர்கள்தான். அவர்கள் நிறைகுறை அறியமாட்டார்கள்.

7

ஸ்வயம் கர்ம கரோதி ஆத்மா
ஸ்வயம் தத் ஃபலம் அச்னுதே ।
ஸ்வயம் ப்ரமதி ஸம்ஸாரே
ஸ்வயம் தஸ்மாத் விமுச்யதே ॥

ஒருவன் அவனது நல்வினை தீவினைக்கு ஏற்பப் பலன் பெறுகிறான். அவனது வினையே அனைத்துக்கும் காரணி. அவன் செய்த வினைக்கேற்ப இந்த உலகில் பல்வேறு வடிவங்

களில் மீண்டும் மீண்டும் பிறப்பெடுக்கிறான். பிறவி அறுத்து முக்தி பெற அவன் முயல வேண்டும்.

8

ராஜா ராஷ்ட்ரக்ருதம் பாபம்
ராக்ஞ: பாபம் புரோஹித: |
பர்தா ச ஸ்த்ரீக்ருதம் பாபம்
சிஷ்யபாபம் குரு: ததா ||

மக்கள் செய்த பாவங்களுக்கு மன்னன் தண்டனை பெறுகிறான். அரசன் செய்த பாவங்களை ராஜரிஷி ஏற்க வேண்டி உள்ளது. மனைவியின் பாவங்கள் கணவனைச் சேர்கிறது. அவ்வாறே, சீடனின் பாவம் குருவைப் பாதிக்கிறது.

9

ருணகர்(த்)தா பிதா சத்ரு:
மாதா ச வ்யபிசாரிணீ |
பார்யா ரூபவதீ சத்ரு:
புத்ர: சத்ரு: அபண்டித: ||

தனது பிள்ளைகளுக்குக் கடனை விட்டுச் செல்லும் தந்தை எதிரி; நெறி பிறழும் அன்னை தனது பிள்ளைகளுக்கு எதிரி. பேரழகியான மனைவி கணவனுக்கு எதிரி; முட்டாள் மகன் அவனது தந்தைக்கு எதிரி.

10

லுப்தம் அர்(த்)தேன க்ருஹ்ணீயாத்
ஸ்தப்தம் அஞ்ஜலிகர்மணா |
மூர்(க்)கம் சந்த: அனுவ்ருத்த்யா ச
யதா அர்(த்)தத்வேன பண்டிதம் ||

பேராசைக்காரனுக்கு ஆசை காட்டியும், அடங்காத ஆணவம் கொண்டவனிடம் பணிந்து நடந்தும், முட்டாள்களைத் திருப்திப் படுத்தியும், அறிவாளிகளிடம் உண்மையை எடுத்துரைத்தும் அவர்களைக் கவர்ந்து வசப்படுத்தி விடலாம்.

11

வரம் ந ராஜ்யம் ந குராஜராஜ்யம்
வரம் ந மித்ரம் ந குமித்ரமித்ரம் |
வரம் ந சிஷ்ய: ந குசிஷ்யசிஷ்ய:
வரம் ந தார ந குதரதார: ||

பாவங்கள் மல்கி கிடக்கும் நாட்டில் இருப்பதைவிட வெளியே சென்று வாழ்வது நல்லது. நம்பிக்கைக்கு மாறான ஒரு தீய நண்பன் இருப்பதைவிட நண்பனே இல்லாமல் போவது மேல். அதே போல ஒரு பண்பற்ற சீடனும் நடத்தை கெட்ட ஒரு மனைவியும் இருப்பதைவிட இல்லாமல் போவதே நல்லது.

12

குராஜ ராஜ்யேன குத: ப்ரஜாஸுகம்
குமித்ர மித்ரேண குத: அபிநிர்வ்ருதி: |
குதாரதாரை: ச குத: க்ருஹே ரதி:
குசிஷ்ய சிஷ்யம் அத்யாபயத: குத: யச: ||

கொடுங்கோல் மன்னன் ஆட்சியில் குடிகளுக்கு ஏது மகிழ்ச்சி? இராது. மோசடிக்கார நண்பனிடமிருந்து ஆதரவை நாடுவது பயனற்றது, விசுவாசமற்ற தந்திரம் நிறைந்த மனைவியிடமிருந்து ஒருபோதும் இன்பமும் பிரியமும் எதிர்பார்க்க இயலாது. அதே போல நடத்தைக் கெட்ட மோசமான சீடனுக்கு ஆசானாவதால் என்ன பெருமை கிட்டும்? கிட்டாது.

13

ஸிம்ஹாத் ஏகம் பகாத் ஏகம்
சிக்ஷேத் சத்வாரி குக்குடாத் |
வாயஸாத் பஞ்ச சிக்ஷேத் ச
ஷட்சுன: த்ரீணி கர்தபாத் ||

சிங்கத்திடம் இருந்து கற்றுக் கொள்ள ஒரு விஷயம் உள்ளது. அதேபோல் கொக்கிடம் கற்க ஒரு விஷயம் உள்ளது. சேவலிடமிருந்து நான்கு விஷயங்களும், காக்கையிடமிருந்து ஐந்து விஷயங்களும், நாயிடமிருந்து ஆறு விஷயங்களும், கழுதையிடமிருந்து மூன்று விஷயங்களும் நாம் கற்றுக் கொள்ள வேண்டி இருக்கிறது.

14

ப்ரபூதம் கார்யம் அல்பம் வா
யத் நர: கர்தும் இச்சதி |
ஸர்வ ஆரம்பேண தத் கார்யம்
ஸிம்ஹாத் ஏகம் ப்ரசக்ஷதே ||

மேற்கொண்ட பணி அற்பமாகவே இருப்பினும் அனைத்துப் பணிகளையும் நமது முழு சக்தியையும் திறனையும் பயன்படுத்தி நிறைவேற்ற வேண்டும். சிங்கத்திடமிருந்து இந்தப் பண்பை நாம் கற்றுக் கொள்ளவேண்டும்.

15

ப்ரத்யுத்தானம் ச யுத்தம் ச
ஸம்விபாகம் ச பந்துஷு |
ஸ்வயம் ஆக்ரம்ய புக்தம் ச
சிக்ஷேத் சத்வாரி குக்குடாத் ||

சேவல் நமக்கு நான்கு விஷங்களைக் கற்றுத் தருகிறது. சரியான நேரத்தில் விழித்தெழு; கடுமையாகப் போர் செய்யத் தயார் நிலையில் இரு; கிடைப்பது எதுவோ தன்னுடன் இருப்பவர்களுடன் பங்கிட்டுக் கொள். ஒரு சேவலைப் போல தனது இணையைப் பாலியல் ரீதியாகத் திருப்தியுறச் செய்ய வேண்டும்.

16

கூடமைதுன சாரித்வம்
காலே காலே ச சங்க்ரஹம் |
அப்ரமத்தம் அவிச்வாஸம் பன்ச
சிக்ஷேத் ச வாயஸாத் ||

இவை காக்கையிடம் நாம் கற்றுக்கொள்ள வேண்டிய பாடங்கள்; பாலியல் உறவு அந்தரங்கமானது. பொருள்களைச் சேகரித்து சேமித்து வைத்தல்; யாரையும் நம்பாமல் விழிப்போடு இருத்தல்: விஷமத்தனமும் பிடிவாத குணமும் சோம்பலும் இல்லாமல், சுறுசுறுப்புடன் இயங்குவது.

17

பஹ்வாசீ ஸ்வல்ப ஸந்துஷ்ட:
ஸநித்ர: லகுசேதன: |
ஸ்வாமிபக்த: ச சூர: ச
ஷடேதே ச்வானத: குணா: ||

பெரும்பசி, இல்லாதபோது கிடைக்கும் சிறிதளவு உணவில் திருப்தி பெறுவது, ஆழ்ந்த உறக்கம், அயர்ந்து உறங்கும்போதும் விழிப்போடு இருத்தல், விசுவாசம் மற்றும் வீரம்; இவை நாயிடம் நாம் கற்கும் பாடங்கள்.

18

ஸுச்ராந்த: அபி வஹேத் பாரம்
சீதோஷ்ணம் ந ச பச்யதி |
ஸந்துஷ்ட: சரதே நித்யம்
த்ரீணீ சிக்ஷேத் ச கர்தபாத் ||

களைப்பில்லாமல் உழைத்தல், கடுங் குளிரையும் வெப்பத்தையும் பொருட்படுத்தாது இருத்தல், மனநிறைவும் பொறுமையும் கழுதை நமக்களிக்கும் பண்புகள்.

19

ய: ஏதான் விம்சதி குணான்
ஆசரிஷ்யதி மானவ: |
கார்ய அவஸ்தாஸு ஸர்வாஸு
அஜேய: ஸ: பவிஷ்யதி ||

இந்த இருபது பண்புகளைத் தம் வாழ்வில் ஏற்றுப் பயனுறும் மனிதனுக்கு மகிழ்ச்சியும் வெற்றியும் நிறைந்திருக்கும். வாழ்வு மேன்மையுறும்.

7

1

அர்(த்)தநாசம் மனஸ்தாபம்
க்ருஹே துச்சரிதானி ச |
வன்சனம் ச அபமானம் ச
மதிமான் ந ப்ரகாசயேத் ||

கீழ்க்கண்ட ரகசியங்களை யாரிடமும் கூறாமல் இருப்பதே அறிவுடைமை: தான் இழந்த செல்வம், தனது தனிப்பட்ட மன வருத்தங்கள், இல்லத்தில் ஏற்பட்டக் கெட்ட நிகழ்வுகள் வெறுக்கக்கூடிய ஒருவனது இழிவான பேச்சுகள், தனக்கு ஏற்பட்ட அவமானங்கள் – இவை மறைத்து வைக்கப்பட வேண்டும். இந்த விஷயங்களைச் சகித்துக் கொள்: மௌனித்திரு.

2

தனதான்ய ப்ரயோகேஷு
வித்யா ஸங்க்ரஹணே ததா |
ஆஹாரே வ்யவஹாரே ச
த்யக்தலஜ்ஜ: ஸுகீ பவேத் ||

கொடுக்கல், வாங்கல், தொழில், கற்பித்தல், உணவகம், வட்டிக்குக் கடன் கொடுத்தல், ஆகிய தொழில்களில் ஈடுபடுபவன் துணிச்சல்காரன்.

3

ஸன்தோஷ அம்ருத த்ருப்தானாம்
யத் ஸுகம் சாந்தி: ஏவ ச |
ந ச தத் தனலுப்தான்
அமிதச்சேத: தாவதாம் ||

எவன் மனநிறைவோடு வாழ்கிறானோ எவன் உள்ளத்தில் அமைதி நிலவுகிறதோ அவனே மகிழ்ச்சியான மனிதன். மாறாக பெரும் பொருள் சேர்க்க ஆசைப்படும் பேராசைக்காரனுக்கு அவனது வாழ்நாள் முழுவதும் மகிழ்ச்சி இருக்காது.

4

ஸன்தோஷ: த்ரிஷு கர்(த்)தவ்ய:
ஸ்வதாரே போஜனே தனே |
த்ரிஷு ச ஏவ ந கர்(த்)தவ்ய:
அத்யயனே ஜபதானயோ: ||

உனக்கு வாய்த்த மனைவி எப்படி இருப்பினும் திருப்திபட்டுக் கொள்ள வேண்டும். உனக்குக் கிடைத்த உணவு ருசியற்று இருந்தாலும் மறுக்காமல் ஏற்றுக் கொள். உனது உழைப்புக்குக் கிடைக்கும் ஊதியத்தில் மனநிறைவு காணவேண்டும். ஆனால் கல்வி கற்பதிலும் தானதரும அறச்செயல்களிலும் இறை வழிபாட்டிலும் மேலும் மேலும் ஈடுபட்டிரு. திருப்தியுறாதே!

5

விப்ரயோ: விப்ரவஹ்ன்யோ: ச
தம்பத்யோ: ஸ்வாமிப்ருத்யயோ: |

அன்தரேண ந கன்தவ்யம்
ஹலஸ்ய வ்ருஷபஸ்ய ச ||

இரு பிராமணர்களுக்கு இடையில் கடந்து செல்லாதே. ஒரு பிராமணனுக்கும் அக்னிக்கு இடையிலும் செல்லக் கூடாது. முதலாளி–தொழிலாளி, கணவன்–மனைவி, கலப்பை–உழவுமாடுகள் ஆகியவற்றைப் பிரித்தபடி குறுக்கே புகுந்து செல்லக்கூடாது.

6

பாதாப்யாம் ந ஸ்ப்ருசேத் அக்னிம்
குரும் ப்ராம்மணம் ஏவ ச |
ந ஏவ காம் குமாரீம் ச
ந வ்ருத்தம் ந சிசும் ததா ||

அக்னி, குரு, பிராமணன், பசு, பெண், முதியவர்கள், குழந்தைகள் ஆகியோர் மீது கால் பட்டுவிடக்கூடாது.

7

சகடம் பன்சஹஸ்தேன
தசஹஸ்தேன வாஜினம் |
கஜம் ஹஸ்தஸஹஸ்ரேண
தேசத்யாகேன துர்ஜனம் ||

பாட பேதங்கள்: கஜம் – ஹஸ்திம்; தேச – தோஷ

யானையைக் கண்டால் ஆயிரம் கைநீளத் தூரம் விலகு. குதிரையிடமிருந்து பத்து கைநீளத் தூரமும் மாட்டு வண்டியில் இருந்து ஐந்து கைநீளத் தூரமும் விலகி விடு. துஷ்டரைக் கண்டால் அந்த நாட்டை விட்டே ஓடி விடத் தயங்கக் கூடாது.

ஒப்பு: கொம்புளதற் கைந்து குதிரைக்குப் பத்துமுழம்
வெம்புகரிக் காயிரந்தான் வேண்டுமே – வம்புசெறி
தீங்கினர் தங் கண்ணில் தெரியாத தூரத்து
நீங்குவதே நல்ல நெறி.

(நீதிவெண்பா 20)

8

ஹஸ்தீ அங்குசமாத்ரேண
வாஜீ ஹஸ்தேன தாடயதே |
ச்ருங்கீ லகுடஹஸ்தேன
கட்கஹஸ்தேன துர்ஜன: ||

அங்குசத்தால் யானையை அடக்கலாம். சாட்டையால் குதிரையை அடக்கலாம். குச்சியால் கொம்புடையவற்றை அடக்கலாம். ஆனால் ஒரு தீயவனை அடக்க வாள் வேண்டும். அல்லது வாளொத்த ஆயுதம் வேண்டும்.

9

துஷ்யந்தி போஜனே விப்ரா:
மயூரா: கனகர்ஜிதே |
ஸாதவ: பரஸம்பத்தௌ
கலா பரவிபத்திஷு ||

பிராமணர்கள் உணவில் மகிழ்கின்றனர். கொண்டலைக் கண்டால் மயிலுக்குக் கொண்டாட்டம்; மற்றவர் வளம் கண்டு மேன்மக்கள் மகிழ்வர். ஆனால் தீயோர் மகிழ்வது பிறரின் துயரில்.

10

அனுலோமேன பலினம்
ப்ரதிலோமேன துர்ஜனம் |
ஆத்மதுல்ய பலம் சத்ரும்
வினயேன பலேன வா ||

எதிரியை கையாள்வது எப்படி?

எதிரி நம்மைவிட வலிமையானவன் என்றால் அவனுக்குக் கீழ்படிந்து நடந்து அவனது ஆதரவைப் பெறலாம். ஒரு தீய எதிரியைத் தோற்கடி. எதிரி இணையானவன் என்றால் சந்தர்ப்பத்திற்கு ஏற்றவாறு பணிந்தோ அல்லது கடுமையாய் எதிர்த்தோ, வெல்லவேண்டும்.

11

பாஹுவீர்யம் பலம் ராக்ஞாம்
ப்ரம்மண: ப்ரம்மவித்வலீ |
ரூப யௌவன மாதுர்யம் ஸ்த்ரீணாம்
பலம் அனுத்தமம் ||

மனிதனின் பலம் எது?

அரசனுக்கு ஆயுதங்கள் பலம். பிராமணனுக்குப் பலம் வேத ஞான அறிவில். அழகும் இளமையும் இனிய பேச்சும் ஒரு பெண்ணுக்குப் பலம்.

12

ந அத்யந்தம் ஸரலை: பாவ்யம்
கத்வா பச்ய வனஸ்தலீம் |
சித்யன்தே ஸரலா: தத்ர
குஞ்சா: திஷ்டன்தி பாதபா: ||

ஒரு போதும் அதீதமான எளிமை ஆகாது. அதீத மென்மை நல்லதல்ல. வனத்திற்குச் சென்று பார்! காட்டில் எளிய நெடிய நேராக வளரும் மரங்கள் வெட்டப்படுகின்றன. கோணல் மாணலாகப் பரந்து வளரும் மரங்கள் வெட்டப்படாமல் தவிர்க்கப்படுவதைப் பார்த்து அறிந்து கொள்.

13

யத்ர உதகம் தத்ர வஸன்தி ஹம்ஸா:
ததா ஏவ சுஷ்கம் பரிவர்ஜயன்தி |
ந ஹம்ஸதுல்யேன நரேண பாவ்யம்
புன: த்யஜன்த: புன: ஆச்ரயன்தே ||

நீர் நிரம்பிய குளங்களில் அன்னப் பறவைகள் வாழ்கின்றன. குளம் வறண்டால் அன்னங்கள் அங்கிருந்து வெளியேறிவிடும். சுயநலமிக்கவன் அன்னங்களைப் போன்றவன். வாழவைத்த வனோடு வசந்த காலத்தில் ஒன்றி இருந்தவன் அல்லற்காலத்தில் அவனை விட்டு விலகிச் செல்லக்கூடாது.

ஒப்பு: அற்ற குளத்தில் அருநீர்ப் பறவைபோல்.

14

உப அர்ஜிதானாம் வித்தானாம்
த்யாக ஏவ ஹி ரக்ஷணம் |
தடாக உதரஸம்ஸ்தானாம்
பரிவாஹ இவ அம்பஸாம் ||

குளத்தில் தண்ணீர் தேங்கிக் கிடந்தால் நீர் கெட்டுப்போகும். தேங்கிய நீர் வெளியேறி புது வெள்ளம் வந்து விழுந்து ஓடிக் கொண்டிருந்தால் நீர் தூய்மையாக இருக்கும். இது போல் ஈட்டிக் குவித்த செல்வம் சுற்றிக் கொண்டே இருக்க வேண்டும்.

15

யஸ்ய அர்(த்)தா: தஸ்ய மித்ராணி
யஸ்ய அர்(த்)தா: தஸ்ய பாந்தவா: |
யஸ்ய அர்(த்)தா: ஸ: புமாம் லோகே
யஸ்ய அர்(த்)தா ஸ: ச பண்டித: ||

பணம் மிகமிக முக்கியமானது. பணமிருப்பவனை உறவினர்கள் சூழ்ந்திருப்பார்கள். நண்பர்கள் திரண்டு வருவார்கள். சமூகம் அவனை மதிக்கும்; பணக்காரன் அறிஞனாக ஏற்கப்படுவான். எல்லாம் பெற்று பெருமையோடு வாழ்வான்.

ஒப்புமை 1:

கல்லானே ஆனாலும் கைப்பொருள் ஒன்றுஉண்டாயின்
எல்லாரும் சென்று அங்கு எதிர்கொள்வர் இல்லானை
இல்லாளும் வேண்டாள்மற்று ஈன்றுஎடுத்த தாய்வேண்டாள்
செல்லாது அவன்வாயின் சொல் (நல்வழி: 34)

ஒப்புமை 2: இதே கருத்தை உடைய ஸுபாஷிதானி (நன்மொழிகள்) பிற்சேர்க்கையில் காண்க.

16

ஸ்வர்க ஸ்திதானாம் இஹ ஜீவலோகே
சத்வாரி சிஹ்னானி வஸந்தி தேஹே |
தானப்ரஸங்க: மதுரா ச வாணீ
தேவார்(ச்)சனம் ப்ராம்மண தர்(ப்)பணம் ச ||

எப்போதும் இனிமையாய்ப் பேசுகிறவன், பிராமணர்களைப் போற்றுகிறவன், தானதருமங்கள் செய்பவன், கடவுள் வழிபாடு செய்பவன் எவனோ அவன் ஒரு தெய்வீக ஆத்மா. இந்த நான்கு குணங்கள் கொண்டவன் ஒரு மகாபுருஷன்.

17

அத்யந்த கோப: கடுகா ச வாணீ
தரித்ரதா ச ஸ்வஜனேஷு வைரம் |
நீசப்ரஸங்க: குலஹீனஸேவா
சிஹ்னானி தேஹே நரகஸ்திதானாம் ||

முன்கோபக்காரன், கடுஞ்சொல் கூறுவோன், ஏழைகள், சொந்த உறவுகளை வெறுப்பவன், வெறுக்கத்தக்க மனிதர்களிடம் பணி யாற்றுபவன், தீயோருடன் தோழமை கொண்டவன் ஆகியோர் இவ்வுலகில் வாழும்போதே நரக வேதனை அடைவார்கள்.

18

கம்யதே யதி ம்ருகேந்த்ர மந்திரம்
லப்யதே கரி கபால மௌக்திகம் |
ஜம்புக ஆலய கதே ச ப்ராப்யதே
வத்ஸ புச்ச கரசர்மகண்டனம் ||

சிங்கத்தின் குகைக்கு செல்பவனுக்கு யானையின் மத்தகத்தில் விளையும் ரத்தினமணி கிடைக்கும். நரியின் வாழிடத்தில் என்ன கிடைக்கும்? ஒரு கன்றின் வாலோ அல்லது ஒரு கழுதையின் தோலோ கிடைக்கலாம்.

19

சுன: புச்சம் இவ வ்யர்த்தம்
ஜீவிதம் வித்யயா வினா |
ந குஹ்யகோபனே சக்தம்
ந ச தம்ச நிவாரணே ||

கல்லாதவன் வாழ்க்கை நாயின் வாலுக்குச் சமம். நாயின் வால் அதன் உள்ளுறுப்பை மறைக்கவும் பயன்படாது. வாலை ஆட்டி ஈக்களையும் கொசுக்களையும் விரட்டவும் பயன்படாது.

20

வாசாம் **சௌசம்** *ச மனஸ:*
சௌசம் *இந்த்ரிய நிக்ரஹ:* |
ஸர்வபூத தயா **சௌசம்**
ஏதத் **சௌசம்** *பரார்தினாம்* ||

பிறர் நன்மைக்காக பாடுபடுபவன் தூய்மையானவன் என்ற சொல்லுக்கு அர்த்தமானவன். தீ நட்பு கூட அத்தகைய ஆத்மாவைப் பாதிக்காது.

21

புஷ்பே **கந்தம்** *திலே தைலம்*
காஷ்டே அக்னிம் பயஸி க்ருதம் |
ஈக்ஷௌ குடம் ததா **தேஹே**
பச்ய ஆத்மானம் விவேகத: ||

மலரில் வாசனை இருப்பது போலும், எள்ளில் எண்ணெய் இருப்பதுபோலும், பாலில் நெய்யும், மரத்தில் தீயும், கரும்பில் வெல்லமும் இருப்பது போலும், உன் உடம்பில் ஆன்மா உறைந்திருப்பதை உணர்ந்து கொள். ஆன்மாவை உணரலாம், பார்க்க இயலாது. ஞானஒளியில் காண்பாயாக.

8

1

அதமா தனமின்சந்தி தனமானெள ச மத்யமா: |
உத்தமா மானமின்சந்தி மான: ஹி மஹதாம் தனம் ||

தீயோரும் கொடியவர்களும் எந்த வழியிலாவது பணம் சேர்க்க ஆசைப்படுவார்கள். நடுத்தர வர்க்கத்தினர் பணத்தை விரும்பும் அதே நேரத்தில் கௌரவத்திற்கும் ஆசைப்படுவார்கள். இழிந்த வழிகளை ஏற்க மாட்டார்கள். உயர்ந்த மனிதர்களுக்கு மரியாதையும் கௌரவமும் தான் முக்கியம். அதற்காகப் பெரு மதிப்புடைய ஒன்றை மறுக்கத் தயங்கமாட்டார்கள். மானமே சிறந்த செல்வம்.

2

இக்ஷு: ஆப: பய: மூலம்
தாம்பூலம் ஃபலம் ஔஷதம் |
பக்ஷயித்வா அபி கர்(த்)தவ்யா:
ஸ்னானதானாதிகா: க்ரியா: ||

நீராடிய பின்னரே வழிபாடு, உணவு என்பது வழக்கம். ஆனால் கரும்பு, நீர், பால், பழம், வெற்றிலை, மருந்து ஆகியவற்றை உண்ட பின்னரும் நீராடி வழிபடலாம்.

3

தீப: பக்ஷயதே த்வான்தம்
கஜ்ஜலம் ச ப்ரஸூயதே |
யத் அன்னம் பக்ஷயதே நித்யம்
ஜாயதே தாத்ருசீ ப்ரஜா ||

இருளை உண்ணும் விளக்கு, புகையைக் கக்குகிறது. ஒருவன் எதை உட்கொள்கிறானோ அதற்கேற்ப அவனுக்குக் குழந்தைகள் அமையும். தீய எண்ணமுடையவனின் குழந்தைகளும் தீய பண்புகளுடன் தான் பிறக்கும்.

4

வித்தம் தேஹி குணான்விதேஷு
மதிமன் ந அன்யத்ர தேஹி க்வசித்
ப்ராப்தம் வாரிநிதே: ஜலம்
கனமுகே மாதுர்யயுக்தம் ஸதா |
ஜீவான்ஸ்தாவர ஜங்கமாம் ச
ஸகலான் ஸம்ஜீவ்ய பூமண்டலம்
பூய: பச்ய தத் ஏவ கோடிகுணிதம்
கச்சன்தம் அம்போநிதிம் ||

கடலிலிருந்து நீர் ஆவியாகி மேகமாகும். அசையும் அசையா உயிர்கள் தழைக்க, மேகம் வயல்களில் மழை பொழிகிறது. திரண்ட நீர் மீண்டும் கடலில் கலக்கும். அதுபோல, கற்றறிந்த உத்தமர்களுக்கு அளிக்கும் தருமம் நூறு மடங்கு திரும்ப வரும். உத்தமரல்லாதவர்க்குப் பொருள் தராதே. அறநெறி பிறழ்ந்தோர்க்கு அளிக்கப்படும் தானம் பாழ்.

5

சாண்டாலானாம் ஸஹஸ்ரை: ச
ஸுரிபி: தத்த்வ தர்சிபி: |
ஏக: ஹி யவன: ப்ரோக்த
ந நீச: யவனாத்பர: ||

இழிந்த தீய மனிதர்களிடமிருந்து விலகி இருக்க வேண்டும். அவர்களோடு உறவு கொள்ளாதே. அவர்கள் எதிரே கூடச் செல்லக்கூடாது. அவர்களது தொடர்பு எண்ணற்றத் தொல்லை களையும் துயரத்தையும் அளிக்கும்.

6

தைலாபி: அங்கே சிதாதூமே
மைதுனே க்ஷௌர கர்மணி |
தாவத் பவதி சாண்டால:
யாவத் ஸ்னானம் ந ச ஆசரேத் ||

எண்ணெய் தேய்த்துக் கொண்ட பின், சுடுகாட்டிற்குச் சென்று வந்த பின், உடலுறவுக்குப் பின், சவரம் செய்து கொண்டபின் குளித்துவிட்டு வராத வரையிலும் ஒருவன் தீண்டடத்தகாதவன் ஆவான். நீராடல் தன்னைத் தூய்மைப்படுத்திக் கொள்ளும் செயலாகும்.

7

அஜீர்ணே பேஷஜம் வாரி
ஜீர்ணே வாரி பலப்ரதம் |
போஜனே ச அம்ருதம் வாரி
போஜனான்தே விஷாபஹம் ||

அஜீரணத்தை நீரால் குணப்படுத்தலாம். உணவு செரித்த பின் தண்ணீர் உடலுக்குச் சக்தி அளிக்கிறது. சாப்பிடும் போது நீர் அருந்தினால் அது அமிர்தத்திற்குச் சமம். சாப்பிட்ட பின் நீர் அருந்தினால் அது விஷத்திற்குச் சமம்.

8

ஹதம் ஞானம் க்ரியாஹீனம்
ஹத: ச அஞ்ஞானத: நர: |

ஹதம் நிர்ணாயகம் ஸைன்யம்
ஸ்த்ரிய: நஷ்டா ஹி அபர்த்ருகா: ||

பயன்படுத்தப்படாதக் கல்வி வீண்: மறந்து போகும். புறக் கணிக்கப்படுகிற மனிதன் செயலிழந்து போவான். தளபதி இல்லாத படையும் கணவன் இல்லாத பெண்ணும் அழிந்து போவார்கள்.

9

வ்ருத்தகாலே ம்ருதா பார்யா
பந்துஹஸ்த கதம் தனம் |
போஜனம் ச பராதீனம்
திஸ்ர: பும்ஸாம் விடம்பனா: ||

முதுமைப் பருவத்தில் உள்ள ஒருவரது மனைவியின் மரணம், உடன்பிறந்தவர்களின் கட்டுப்பாட்டில் இருக்கும் செல்வம், தினசரி உணவுக்கு மற்றவர்களைச் சார்ந்திருக்கும் நிலை ஆகிய மூன்றும் ஆண்களுக்குத் துன்பம் தருபவை.

10

ந அக்னிஹோத்ரம் வினா வேதா
ந ச தானம் வினா க்ரியா |
ந பாவேன வினா ஸித்தி:
தஸ்மாத் பாவ: ஹி காரணம் ||

வேத ஞானம் பயின்று வேள்வி இயற்றாமல் இருந்தால் அந்தப் படிப்புப் பாழ். வேள்வியோடு தானதருமங்கள் செய்ய வில்லை என்றால் வேள்விக்குப் பயன் இருக்காது. அதனால் அர்ப்பணிப்பும் தியாகமும் இல்லாமல் செய்யப்படும் எந்தக் காரியமும் பயனளிக்காது.

11

ந தேவ: வித்யதே காஷ்டே
ந பாஷாணே ந ம்ருண்மயே |
பாவே ஹி வித்யதே தேவ:
தஸ்மாத் பாவ: ஹி காரணம் ||

கடவுளின் உருவம் கல்லாலோ, மரத்தாலோ உலோகத்தாலோ இருக்கலாம். உண்மையில் இந்த விக்ரகங்களில் கடவுள் வாழ்வதில்லை. அதில் கடவுள் நிலைபெற்றிருக்கிறார் என்ற எண்ணத்திலும் உணர்ச்சியிலும் தான் கடவுள் வாழ்கிறார்.

12

>காஷ்ட பாஷாண தாதூனாம்
> க்ருத்வா பாவேன ஸேவனம் |
>ச்ரத்தயா ச ததா ஸித்தி:
> தஸ்ய விஷ்ணு ப்ரஸாதத: ||

கல், மரம், உலோகம் இவற்றால் செய்த விக்ரகங்களில் கடவுள் வாழ்கிறார் என்ற நம்பிக்கையோடு வழிபடுபவர்களுக்கு இறையருள் கிட்டுகிறது. கடவுள் சிலைகளில் வாழ்வதில்லை. நமது நம்பிக்கையில் வாழ்கிறார்.

13

>குண: பூஷயதே ரூபம்
> சீலம் பூஷயதே குலம் |
>ப்ரஸாத சிகரஸ்த: அபி
> காக: கிம் கருடாயதே ||

நற்பண்புகள் மேனியழகை மேன்மைப்படுத்தும். அறநெறி காத்தலில் பரம்பரை பெருமை இருக்கிறது. எவ்வளவு உயரத்தில் இருந்தாலும் காகம் கருடனாவதில்லை.

14

>நிர்குணஸ்ய ஹதம் ரூபம்
> து: சீலஸ்ய ஹதம் குலம் |
>அஸித்தஸ்ய ஹதா வித்யா
> ஹி அபோகேன ஹதம் தனம் ||

முறையற்ற நடத்தை மேனியழகை குலைக்கும். அறநெறி பிறழ்ந்தால் பரம்பரைக்கு அவப்பெயர். முனைப்பில்லாமல் கல்வி கற்பது பாழ். பணத்தைச் சரியாகப் பயன்படுத்தவில்லை என்றால் அது பாழாகிப் போகும்.

15

சுத்தம் பூமி கதம் தோயம்
சுத்தா நாரீ பதிவ்ரதா |
சுசி: க்ஷேமகர: ராஜா
ஸன்தோஷ: ப்ராம்மண: சுசி: ||

நிலத்திலிருந்து பீறிட்டு வரும் நீர் தூய்மையானது. விசுவாசமான மனைவி புனிதமானவள். மக்கள் நலம் விரும்பும் மன்னவன் தூயவன். மனநிறைவு பெற்ற பிராமணன் தூய்மையானவன்.

16

அஸன்துஷ்டா த்விஜா நஷ்டா
ஸன்துஷ்டா: ச மஹீப்ருத: |
ஸலஜ்ஜா கணிகா நஷ்டா
நிர்லஜ்ஜா: குலாங்கனா ||

மனநிறைவு பெறாத பிராமணனும் திருப்தியடைந்த அரசனும் அழிந்து போவார்கள். கூச்சமடையும் விலைமகளும் வெட்க மில்லாத குலமகளும் அழிந்து போவார்கள்.

17

கிம் குலேன விசாலேன
வித்யாஹீனேன தேஹினாம் |
துஷ்குலம் ச அபி விதுஷ:
தேவை: அபி ஸ: பூஜ்யதே ||

ஒரு புகழ்பெற்றக் குடும்பத்தில் பிறந்தவனாக இருந்தாலும் கல்லாதவன் கேலிக்குரியவனாவான். தாழ்ந்த குடிப்பிறப்பில் பிறந்தவன் ஆயினும் கற்றறிந்தவன் கடவுளர்களாலும் கூடப் போற்றப்படுகிறான்.

18

வித்வான் ப்ரசஸ்யதே லோகே
வித்வான் ஸர்வத்ர பூஜ்யதே |
வித்யயா லபதே ஸர்வம்
வித்யா ஸர்வத்ர பூஜ்யதே ||

கற்றறிந்தவர்கள் எங்கும் போற்றப்படுகிறார்கள். அவர்களுக்குச் சென்ற இடமெல்லாம் சிறப்பு. கல்வியால் எல்லாம் பெறப்படுகிறது. எனவே ஒருவன் கல்வி கற்க வேண்டியது அவசியம். உலகம் முழுவதும் கல்வியறிவே பூஜிக்கப்படுகிறது.

19

*மாம்ஸ**பக்ஷ**யை: ஸுராபானை:*
*முகை: ச அக்ஷரவர்**ஜி**தை: |*
***பசுபி:** புருஷ ஆகாரை:*
***பா**ர ஆக்ராந்தா ஹி மே**தி**னீ ||*

மாமிசம் உண்பவன், மது அருந்துபவன், முட்டாள், கல்லாதவன் மனித வடிவம் கொண்ட விலங்குகள்—இவர்களைத் தாங்குவதால் பூமி நொந்து போகிறது.

20

*அன்னஹீன: **த**ஹேத் ராஷ்ட்ரம்*
*மன்த்ரஹீன: ச ருத்வி**ஜ:** |*
*யஜமானம் **தா**னஹீன:*
*ந அஸ்தி **யக்**ஞஸம: ரிபு: ||*

வேள்வியின் போது ஏதாவது குறை நேர்ந்தால் வேள்வியின் விளைவு துன்பங்களில் முடியும். எனவே வேள்வியின் போது தானியங்கள் தானமாக அளிக்கப்பட வேண்டும். சுலோகங்கள் படிக்கப்பட வேண்டும். வேள்வி இயற்றும் வேத விற்பன்னர்களுக்கு முறைப்படி பணம் தரவேண்டும். இவை சரிவர நடக்கவில்லை என்றால் வேள்வி தீமைகளை உண்டு பண்ணும். முறைப்படி வேள்வி இயற்றக்கூடிய அளவுக்குச் சக்தி இருந்தால் மட்டுமே வேள்வி செய்யலாம்.

9

1

முக்திம் இச்சஸி சேத் தாத
விஷயான் விஷவத் த்யஜ |
க்ஷமா அர்ஜவ தயா சௌசம்
ஸத்யம் பீயூஷவத் பிப ||

இந்த ஜனன மரண சுழற்சியிலிருந்து விடுபட்டு முக்தி பெற ஒருவன் விரும்பினால் காம குரோத ஆசா பாசங்களை முழுவதுமாக கைவிட வேண்டும். இவை மனிதனுக்கு விஷம் போன்றவை. இந்த விஷத்திற்குப் பதிலாக மன்னித்தல், எளிமை, பொறுமை, நேர்மை, கருணை, உண்மை, பணிவு, பக்தி ஆகிய அமிர்தம் போன்ற நற்பண்புகளைப் பெற்றிருக்க வேண்டும்.

2

பரஸ்பரஸ்ய மர்மாணி
யே **பா**ஷன்தே நர அ**த**மா: |
த ஏவ விலயம் யான்தி
வல்மீக உ**த**ர ஸர்பவத் ||

பிறரது ரகசியங்களை அம்பலப்படுத்தி அகம் மகிழும் இழிவானவர்கள், புற்றில் சிக்கியப் பாம்பைப் போல் அழிந்து போவார்கள்.

3

கந்**த**: ஸுவர்ணே ஃபலம் இக்ஷு**த**ண்**டே**
நாகரி புஷ்பம் கலு சந்**த**னஸ்ய |
வித்வான் **த**னா**ட்**ய: ச ந்ருப: சிராயு:
தாது: புரா க: அபி ந **பு**த்**தி**த: அபூத் ||

தங்கம் மணம் வீசாது. கரும்புக்குக் கனிகள் இல்லை. சந்தன மரம் பூக்காது. மேதையிடம் செல்வம் தங்காது. எப்போதும் அரசன் நெடுநாள் வாழ்வதில்லை. பிரம்மாவுக்கு ஏன் இந்த விஷயங்கள் இவற்றைப் படைப்பதற்கு முன்பாகப் புலப்படாமல் போயின? சற்றுக் கவனம் செலுத்தியிருந்தால் இந்த உலகம் பயனடைந்திருக்கும்.

4

ஸர்வ ஔஷ**தீ**னாம் அம்ருதா ப்ர**தா**னா
ஸர்வேஷு ஸௌக்யேஷு அசனம் ப்ர**தா**னம் |
ஸர்வ இந்**த்**ரியாணாம் நயனம் ப்ர**தா**னம்
ஸர்வேஷு **கா**த்ரேஷு **சி**ர: ப்ர**தா**னம் ||

மருந்துகளில் முதன்மையானது அமிர்தம். இன்பங்களில் முதன்மையானது உணவு. புலன்களில் சிறந்தது கண்கள். மனித உறுப்புகளில் சிறந்தது சிரசு (தலை).

5

தூத: ந சன்சரதி கே
ந சலேச்ச வார்(த்)தா

பூர்வம் ந ஜல்பிதம் இதம்
ந ச ஸங்கம: அஸ்தி |
வ்யோம்னி ஸ்திதம் ரவிசாசி
க்ரஹணம் ப்ரசஸ்தம்
ஜானாதி ய: த்விஜவர:
ஸ கதம் ந வித்வான் ||

வானத்திற்கு ஒற்றர்களை அனுப்பி எதுவும் தெரிந்து கொள்ள முடியாது. வானத்துடன் தகவல் கொள்ளவும் இயலாது. அங்கே யாரும் வாழ்வதாக யாரும் இதுவரை சொன்னதில்லை. இருப்பினும் சாஸ்திர தேர்ச்சி பெற்றவர்கள் சூரிய சந்திர கிரகணங்களைத் துல்லியமாகக் கணித்து விடுகிறார்கள். அவர்களைக் கற்றறிந்த ஞானவான்கள் என்று அழைக்க யார் தயங்குவார்?

6

வித்யார்(த்)தீ ஸேவக: பாந்த:
க்ஷுதார்(த்)த: பயகாதர: |
பாண்டாரி ப்ரதிஹாரி ச
ஸப்த ஸுப்தான் ப்ரபோதயேத் ||

ஒரு மாணவன், பணியாள், பயணி, பட்டினியில் கிடப்பவன், பயந்தவன், கடைக்காரன். வாயில் காப்போன் ஆகியோர் விழித் திருந்தால்தான் அவர்களது கடமை நிறைவேறும். இவர்கள் உறங்குவதைக் கண்டால் எழுப்பி விடுங்கள். மாணவன் படிப்பை முடிக்கவும் மற்றவர்கள் பணியின் வேலையை முடிக்கவும் விழித் திருக்க வேண்டும்.

7

அஹிம் ந்ருபம் ச சார்தூலம்
வ்ருத்தம் ச பாலகம் ததா |
பரச்வானம் ச மூர்(க்)கம் ச
ஸப்த ஸுப்தான் ந போதயேத் ||

அரவம், அரசன், புலி, முதியோர், பாலகர், மூர்க்கர், பிறரின் நாய், ஆகியோரை எழுப்பி விடாதே. அவர்களைத் தூங்க விடுவதே மேல்.

8

அர்(த்)தாதீதா: ச யை: வேதா:
ததா சூத்ர அன்ன போஜனா: |
தே த்விஜா கிம் கரிஷ்யந்தி
நிர்விஷா இவ பன்னகா: ||

வருமானத்திற்காக வேதம் படிக்கும் பிராமணனும் சூத்திரர்கள் அளிக்கும் உணவை ஏற்றுக்கொள்ளும் பிராமணனும் உண்மையில் விஷமில்லாத பாம்பைப் போன்றவர்கள். அத்தகைய பிராமணர்களால் உன்னதமான எதையும் செய்ய முடியாது.

9

யஸ்மின் ருஷ்டே பயம் ந அஸ்தி
துஷ்டே ந ஏவ தனாகம: |
நிக்ரஹ: அனுக்ரஹ: ந அஸ்தி
ஸ: ருஷ்ட: கிம் கரிஷ்யதி ||

ஒருவன் சினமுற்றால் பிறர் அச்சப்பட வேண்டும்; அவன் மகிழ்ந்தால் மற்றவர்களுக்கு லாபம் கிட்ட வேண்டும். எவனொருவனால் தண்டிக்க முடியாதோ எவனொருவனால் ஆதாயம் இல்லையோ அவனால் ஆகப்போவது ஒன்றும் இல்லை. அவன் வாழ்வது அவனுக்காக மட்டுமே. பிறர்க்கு அவன் ஒரு பொருட்டல்ல.

10

நிர்விஷேண அபி ஸர்பேண
கர்(த்)தவ்யா மஹதீ ஃபணா |
விஷமஸ்து ந ச அப்யஸ்து
கடாடோப: பயன்கர: ||

ஒரு பாம்பு விஷமற்றதாகக் கூட இருக்கலாம். ஆனால் அது முழுமையாகப் படமெடுத்துச் சீற வேண்டும். அப்போதுதான் மக்கள் அதைக் கண்டு அஞ்சுவர்.

11

*ப்ராத: **த்யூத** ப்ரஸங்**கேன***
*மத்யாஹ்னே ஸ்த்ரீ ப்ரஸங்**கத:** |*
*ராத்ரௌ சௌர ப்ரஸங்**கேன***
*கால: **கச்சன்தி தீ**மதாம் ||*

சாஸ்திரக்காரர்கள் காலையில் சூதுகாவியமான மகா பாரதத்திலும், மதிய வேளையில் மாது காவியமான இராமாயணத்திலும், இரவு உள்ளம்கவர் கள்வனாம் கிருஷ்ண காவியத்திலும் பிரசங்கம் செய்து அவற்றில் ஆழ்ந்திருப்பர்.

12

*ஸ்வஹஸ்த**க்**ரதிதா மாலா*
*ஸ்வஹஸ்த **க்**ருஷ்டசந்**த**னம் |*
ஸ்வஹஸ்தலிகிதம் ஸ்தோத்(தி)ரம்
***ச**க்ரஸ்ய அபி ச்ரியம் ஹரேத் ||*

இறைவனுக்கான பூமாலையை நாமே தொடுத்துச் சூட்டவேண்டும். நம் கையால் அரைத்த சந்தனத்தைக் கடவுளுக்குப் பூச வேண்டும். நாமே இயற்றிய துதிப்பாடல்களால் கடவுளைத் துதிக்க வேண்டும். இந்தக் காரியங்களை ஒரு பணியாள் மூலம் செய்தால் கடவுளின் கருணை பணியாளுக்குத்தான் போய்ச் சேரும்.

13

*இக்ஷு**தண்டா:** திலா: **சூத்**ரா:*
*கான்தா ஹேம ச மே**தினீ** |*
*சந்**த**னம் **ததி** தாம்**பூ**லம்*
*மர்**த**னம் **கு**ணவர்**த**னம் ||*

கரும்பு, எள், சூத்திரன், பெண், பொன், பூமி, சந்தனமரம், தயிர், வெற்றிலை ஆகியவற்றை அழுத்தி நசுக்க நசுக்க அவற்றின் தரம் மிகும்.

10

1

தனஹீன: ந ஹீன: ச
தனிக: ஸ: ஸுனிச்சய: |
வித்யாரத்னேன ஹீன: ய:
ஸ: ஹீன: ஸர்வவஸ்துஷு ||

செல்வம் இல்லாத ஒருவன் ஏழை இல்லை. உண்மையில் கல்வியறிவு இல்லாதவன்தான் ஏழை. ஒரு முட்டாள்கூட பணக்காரனாகலாம். ஆனால் அவனுக்கு மரியாதை கிடைக் காது. ஒரு ஏழையான அறிஞனுக்குச் சமூகத்தில் மரியாதை இருக்கும்.

2

த்ருஷ்டிபூதம் ந்யஸேத்பாதம்
வஸ்த்ரபூதம் பிபேத்ஜலம் |
சாஸ்த்ரபூதம் வதேத்வாக்ய:
மன:பூதம் ஸமாசரேத் ||

துணியால் நீரை வடிகட்டி அருந்துவதைப் போல, நன்கு, தீர ஆய்வு செய்த பின்னரே ஒரு விஷயத்தைச் செயல்படுத்த வேண்டும். சாஸ்திரம் அறிந்து பேசவேண்டும். தெளிந்த மனத்துடன் முறைப்படி நடந்துகொள்ள வேண்டும்.

3

ஸுகார்(த்)தீ சேத் த்யஜேத் வித்யாம்
வித்யார்(த்)தீ சேத் த்யஜேத் ஸுகம் |
ஸுகார்(த்)தின: குத: வித்யா
ஸுகம் வித்யார்(த்)தின: குத: ||

சுகத்திற்கு ஆசைப்படுபவன் கற்கும் ஆசையைக் கைவிட வேண்டும். ஒருவன் உண்மையாகவே படிக்க விரும்பினால் சுகத்திற்கு ஏங்கக்கூடாது. ஒரே சமயத்தில் சுகமும் கல்வியும் கிடைக்கா.

4

கவய: கிம் ந பச்யந்தி
கிம் ந பக்ஷந்தி வாயஸா: |
மத்யபா: கிம் ந ஜல்பந்தி
கிம் ந குர்வந்தி யோஷித: ||

கவிஞர்களின் கற்பனைக்கு அளவில்லை. பெண்களால் எதையும் சாதிக்க முடியும். குடிகாரன் என்ன வேண்டுமானாலும் உளறுவான். காக்கைகள் எதையும் உண்ணும். உயிரினங்களின் எல்லை எதுவென அறிதல் இயலாது. மனிதன் தனது எல்லையைத் தாண்டக்கூடியவன்.

5

ரன்கம் கரோதி ராஜானம்
ராஜானம் ரன்கம் ஏவ ச |

தனினம் நிர்தனம் ச ஏவ
நிர்தனம் தனினம் விதி: ||

ஆண்டி அரசனாவதும் அரசன் ஆண்டியாவதும் பணக்காரன் பரதேசியாவதும் பரதேசி பணக்காரனாவதும் விதியின் செயல்.

6

லுப்தானாம் யாசக: சத்ரு:
மூர்(க்)கானாம் போதக: ரிபு: |
ஜாரஸ்த்ரீணாம் பதி: சத்ரு:
சௌராணாம் சந்த்ரமா ரிபு: ||

பேராசைக்காரனுக்குப் பிச்சைக்காரன் எதிரி. அவனுக்குத் தருமம் செய்ய மனம் வராது. முட்டாளுக்கு எதிரி உபதேசிக்கும் அறிஞன். கள்ளக்காதல் உடைய பெண்ணுக்குக் கணவன் எதிரி. திருடர்களுக்கு எதிரி நிலவொளி.

7

யேஷாம் ந வித்யா ந தப: ந தானம்
ஞானம் ந சீலம் ந குண: ந தர்ம: |
தே மர்த்யலோகே புவி பாரபூதா
மனுஷ்யரூபேண ம்ருகா: சரந்தி ||

எவருக்குக் கல்வி, தவம், கொடை, அறிவு, நன்னடத்தை, நற்பண்பு, அறநெறியிலான வாழ்வு இல்லையோ, அவர்கள் மண்ணுலகில் பூமிக்கு வெறும் பாரமே. இவர்கள் மனித உருவத்தில் விலங்குகளாகத் திரிகிறார்கள்.

8

அன்த:ஸாரவிஹினானாம் உபதேச: ந ஜாயதே |
மலய அசல ஸம்ஸர்கான் ந வேணு: சந்தனாயதே ||

கல்வி கற்கும் ஆசை இல்லாதவனுக்கு யாராலும் எந்த வழியிலும் கற்பிக்க இயலாது. முட்டாளுக்குச் செய்கிற உபதேசம் வீண். மலயாசல மலையில் சந்தன மரங்கள் சூழ வளரும் மூங்கில் மரங்கள் சந்தனக் காற்று பட்டாலும் அவை மணம் வீசுவதில்லை.

9

யஸ்ய நாஸ்தி ஸ்வயம் ப்ரக்ஞா
   ***சாஸ்திரம் தஸ்ய கரோதி கிம்* |**
லோசனாப்யாம் விஹீனஸ்ய
   ***தர்பண: கிம் கரிஷ்யதி* ||**

கண் பார்வை இல்லாதவனுக்குக் கண்ணாடியால் யாது பயன்? அறிவு இல்லாதவனுக்குச் சாஸ்திரங்களால் என்ன பயன்.

10

***து**ர்ஜனம் ஸஜ்ஜனம் கர்(த்)தும்*
   *உபாய: நஹி **பூ**தலே |*
*அபானம் **சாததா தௌ**தம்*
   ந ச்ரேஷ்டம் இந்த்ரியம் பவேத் ||

உங்கள் உள்ளுறுப்பை எத்தனை முறை கழுவினாலும் தூய்மை ஆகுமா? எத்தனை முறை போதித்தாலும் தீயவர்களின் இயல்பு மாறாது.

11

*ஆப்த **த்**வேஷாத் பவேத் ம்ருத்யு:*
   *பர **த்**வேஷாத் தனக்ஷய: |*
*ராஜ**த்**வேஷாத் பவேத் நா**ச:***
   ப்ரம்ம த்வேஷாத் குலக்ஷய: ||

புனிதர்களை விரோதிப்பவன் *அழிந்து* போவான். எதிரியுடன் விரோதம் காண்பவன் செல்வம் இழப்பான். அரசனுடன் மோதுபவன் மரணமடைவான். பிராமணர்களை விரோதிப்பவன் குலம் நாசமாகும்.

12

*வரம் வனம் வ்யாக்ர க**ஜேந்த்ர** ஸேவிதம்*
   ***த்**ருமாலயம் பத்ர ஃபல **அம்பு** ஸேவனம் |*
*த்ருணேஷு **சய்யா சதஜீர்ண** வல்கலம்*
   *ந **பந்துமத்யே தனஹீன ஜீ**வனம் ||*

சிறுத்தைகளுடனும் யானைகளுடனும் காட்டில் வாழ்வதும் வனம் தரும் பழங்களைப் புசித்து அசுத்தமான நீரை அருந்தி விருட்சங்களின் கீழே வாழ்வதும் மரவுரி தரித்து வைக்கோல் படுக்கையில் உறங்குவதும் விவேகமற்ற செயல்கள். ஆனால் எல்லாவற்றையும் இழந்து ஏதுமிலியாய் நெருங்கிய உறவினர் வீட்டில் வேறுவழியின்றி வாழ்வதைவிட மேற்சொன்ன சூழ்நிலைகளோடு வனத்தில் வசிப்பது மேல்.

13

விப்ர: வ்ருக்ஷ: தஸ்ய மூலம் ச ஸந்த்யா
வேத: சாகா தர்ம கர்மாணி பத்ரம் |
தஸ்மாத் மூலம் யத்னத: ரக்ஷணீயம்
சின்னே மூலே ந ஏவ சாகா ந பத்ரம் ||

பிராமணன் ஒரு விருட்சம். அது அழிவற்றது. என்றைக்குமானது. வேதங்கள் அந்த விருட்சத்தின் கிளைகள்; பிரார்த்தனைகள் அதன் வேர்கள்; மதச் சடங்குகள் அதன் இலைகள்; வேர்களின் வலிமையில் மரம் தழைத்திருக்கிறது. எனவே வேர்கள் வலு விழந்தால் மரம் பட்டுப்போகும். எனவே வேர்கள் பாதுகாக்கப் படவேண்டும்.

14

மாதா ச கமலா தேவீ
பிதா தேவ: ஜனார்தன: |
பாந்தவா விஷ்ணு பக்தா: ச
ஸ்வதேச: புவனத்ரயம் ||

யாருக்கு மகாலட்சுமி அன்னையோ, மகாவிஷ்ணு தந்தையோ, பக்தர்கள் உறவினர்களோ அவனே மனிதர்களில் மேலானவன். மூன்று உலகங்களும் அவனுக்குச் சொந்த நாட்டைப் போன்றது.

15

ஏக வ்ருக்ஷ ஸம ஆருடா
நானாவர்ணா விஹங்கமா: |
ப்ராபாதே திக்ஷு தசஸு
யாந்தி கா தத்ர வேதனா ||

பலவகைப் பறவைகள் ஒன்று கூடி ஓர் இரவை ஒரு மரத்தில் கழிக்கின்றன. அவை பல வண்ணம் கொண்டவை; பல இனத்தவை. கூடியிருந்த அவையனைத்தும் விடிந்ததும் பல்வேறு திசைகளில் பறந்து போய்விடுவன. இதில் துக்கப்படுவதற்கு என்ன இருக்கிறது? பிரிவு இயல்பானது. அதற்குத் துக்கப்படுவதேன்? துயரப்படுவதேன்?

16

புத்தி: யஸ்ய பலம் தஸ்ய
நிர்புத்தே: ச குத: பலம் |
வனே ஸிம்ஹ: யதோன்மத்த:
மசகேன நிபாதித: ||

புத்திமான் பலவான். அறிவாளி குறைந்த உடல் வலிமையில் சிறப்பாகச் செயல்படுவான். முட்டாளின் உடல் வலிமை பெரிதானாலும் அதை அவனுக்குச் சரியாகப் பயன்படுத்தத் தெரியாது. எனவே உடல் பலத்தைவிட அறிவே சிறந்தது. முயல் சிங்கம் கதை தெரிந்த கதை தானே.

17

கா சின்தா மம ஜீவனே
யதி ஹரி: விச்வம்பர: கீயதே
ந: சேத: பகஜீவனாய
ஜனனீ: தன்யம் கதம் நிர்மமே |
இதி ஆலோச்ய முஹுர்முஹு: யதுபதே
லக்ஷ்மீபதே கேவலம்
த்வத் பாத அம்புஜஸேவனேன சததம்
கால: மயா நீயதே ||

உலகம் முழுமைக்கும் உணவளித்துக் காப்பவர் மகா விஷ்ணு. அப்படி அவர் ரட்சிக்கவில்லை என்றால் பிறந்த குழந்தைக்குத் தாய்ப்பால் கிட்டாது. தாயின் மார்பில் பால் நிரம்பச் செய்பவர் அவர். ஓ! மகாவிஷ்ணுவே, உனது பெருமையை நினைத்து தலைதாழ்த்தி ஆயிரம்முறை வணங்குகிறேன்.

18

கீர்வாண வாணீஷு விசிஷ்ட**புத்தி:**
ததா அபி **பா**ஷான்தரலோலுப: அஹம் |
யதா ஸு**தா**யாம் அமரேஷு ஸத்யாம்
ஸ்வர்**கா**ங்**க**னானாம் அ**த**ராஸவே ருசி: ||

சமஸ்கிருதம் பயின்று எழுதி வந்தாலும் நான் வேறு பல மொழிகளைக் கற்றறிய விரும்புகிறேன். கடவுளர்களுக்கு அமிர்தம் வசப்பட்டிருந்தாலும் அப்சரசுகளின் இதழைப் பருகவே அவர்கள் சுற்றித் திரிகிறார்கள்.

19

அன்னாத் **தசகு**ணம் பிஷ்டம்
பிஷ்டாத் **தசகு**ணம் பய: |
பயஸ: அஷ்ட**கு**ணம் மாம்ஸாம்
மாம்ஸாத் **தசகு**ணம் **க்**ருதம் ||

தானியங்களை விட அரைத்த மாவு பத்து மடங்குச் சக்தி அளிக்கும். மாவைவிட பத்து மடங்கு சத்துப் பாலில் உண்டு. பாலைவிடப் பத்து மடங்குச் சத்து மாமிசத்திற்கு உண்டு. ஆனால் மாமிசத்தைவிடப் பத்து மடங்குச் சக்தி நெய்க்கு உண்டு.

20

சோகேன ரோ**கா** வர்**த**ன்தே
பயஸா வர்**த**தே தனு: |
க்ருதேன வர்**த**தே வீர்யம்
மாம்ஸாத் மாம்ஸம் ப்ரவர்**த**தே ||

சோகம் நோயை வளர்க்கும்; தேக ஆரோக்கியத்திற்குப் பால் உகந்தது. விந்தை பெருக்குவது நெய்; கொழுப்பைக் கூட்டுவது இறைச்சி.

11

1

தாத்ருத்வம் ப்ரியவக்த்ருத்வம் தீரத்வம் உசிதக்ஞதா |
அப்யாஸேன ந லப்யந்தே சத்வார: ஸஹஜா குணா: ||

தரும குணம், இன்சொல் கூறல், பொறுமை, தர்க்க அறிவு ஆகிய இவை உன்னதமான பண்புகள்; இவை உடன்பிறந்தவை; இவற்றைப் பயிற்சி மூலம் உருவாக்க இயலாது.

2

ஆத்மவர்கம் பரித்யஜ்ய பரவர்கம் ஸமாச்ரயேத் |
ஸ்வயமேவ லயம் யாதி ததா ராஜா அன்யதர்மத: ||

அறநெறி தவறும் அரசன் அழிந்து போவான். அதேபோல தனது சமூகத்தினரை விட்டுப் பிரிந்து இன்னொரு சமூகத்துடன் தன்னை இணைத்துக் கொள்பவன் அழிந்து போவான்.

3

ஹஸ்தீ ஸ்தூலதனு: ஸ ச அங்குசவச:
கிம் ஹஸ்தி மாத்ர: அங்குச:
தீபே ப்ரஜ்வலிதே ப்ரணச்யதி தம:
கிம் தீபமாத்ரம் தம: |
வஜ்ரேண அபி ஹதா: பதந்தி கிரய:
கிம் வஜ்ரமாத்ரம் நகா:
தேஜ: யஸ்ய விராஜதே
ஸ: பலவான் ஸ்தூலேஷு க: ப்ரத்யய: ||

பேருருவம் கொண்ட யானையை ஓர் அங்குசம் அடக்கி விடுகிறது. ஒரு விளக்கின் சிறு தீபம் இருளை விரட்டி விடுகிறது. ஒரு சிறு உளி ஒரு பெரிய மலையைத் தகர்த்துவிடுகிறது. உருவம் பெரிதல்ல, பௌதீக பெருந்திரட்சி பெரிதல்ல. சிறுமை கண்டு இகழாதே.

ஒப்பு: உருவம் கண்டு எள்ளாமை வேண்டும் (குறள்)

4

கலௌ தசஸஹஸ்ராணி ஹரி: த்யஜதி மேதினீம் |
ததர்தம் ஜா(ஹ்)னவீ தோயம் ததர்தம் க்ராமதேவதா: ||

கிராம தேவதைகள் இரண்டாயித்து ஐநூறு ஆண்டுகளுக்கு மேல் கிராமத்தில் இருப்பதில்லை. கங்கை நதி ஐயாயிரம் ஆண்டுகள் முடிந்தபின் தனது நீர்ப்பெருக்கை நிறுத்திக் கொள்வாள். பத்தாயிரம் ஆண்டுகள் நிறைவடைகிறபோது மகாவிஷ்ணு இந்தப் பூவுலகை விட்டுப் பிரிந்து செல்வார்.

5

க்ருஹ ஸக்தஸ்ய நோ வித்யா
நோ தயா மாம்ஸபோஜின: |
த்ரவ்யலுப்தஸ்ய நோ ஸத்யம்
ஸ்த்ரைணஸ்ய ந பவித்ரதா ||

வாழ்வின்பத்திற்காக வீட்டிலேயே முடங்கி வெளிவராதவன் எந்த ஞானமும் பெறமுடியாது. மாமிசம் புசிப்பவனிடம் கருணை இருக்காது. பணத்தாசை பிடித்தவனிடம் உண்மை இருக்காது. பெண்ணாசை உள்ளவனிடம் ஒழுக்கம் இராது.

6

ந **துர்ஜன: ஸாதுதசாம்** உபைதி
பஹுப்ரகாரை: அபி **சிக்ஷ்யமாண: |**
ஆமூலஸிக்த: பயஸா க்ருதேன
ந நிம்பவ்ருக்ஷ: மதுரத்வமேதி ||

தீயவனுக்கு எந்தப் போதனையும் மனமாற்றத்தை அளிக்காது. அவன் நல்லவன் ஆகமாட்டான். வேப்பமரத்தின் வேரில் எவ்வளவுதான் பாலும் நெய்யும் ஊற்றி வளர்த்தாலும் வேம்பு இனிக்காது.

7

அன்தர்கதமல: **துஷ்ட** தீர்(த்)தஸ்னான *சதை:* அபி |
ந **சுத்**யதி யதா **பாண்டம்** ஸுராயா **தாஹி**தம் ச ஸத் ||

தீயிலிட்டு எரித்தாலும் மதுக்கலயம் தூய்மை பெறாது. அதுபோல எத்தனை புனித இடங்களுக்குச் சென்று எத்தனை முறை புனித நீரில் மூழ்கி எழுந்தாலும் ஒரு தீயவன் தனது மனத்தில் உள்ள தீய ஆசைகளைத் தொலைக்க முடியாது.

8

ந வேத்தி ய: யஸ்ய குணப்ரகர்ஷம்
ஸ: தம் **ஸதா நிந்ததி** த அத்ர *சித்ரம்* |
யதா கிராதி கரிகும்**பலப்தாம்**
முக்தாம் பரித்யஜ்ய **பிபர்தி** *குஞ்ஜாம்* ||

ஒரு மலைஜாதிப் பெண்ணிற்கு யானையின் மத்தகத்தில் விளையும் ரத்தினத்தைக் கொடுத்தாலும் அதன் மதிப்பை அறியாது தூக்கி எறிந்துவிடுவாள். பாசிமணி மாலையைக் கழுத்தில் அணிந்து ஆனந்தம் காண்பாள். அதுபோல ஒரு முட்டாள் ஒரு அறிஞனை இகழ்ந்து பேசி விமர்சிப்பான்.

9

யே து ஸம்வத்ஸரம் பூர்ணம்
நித்யம் மௌனேன புஞ்ஜதே |
யுககோடிஸஹஸ்ரம் தை:
ஸ்வர்கலோகே மஹீயதே ||

ஓராண்டு காலம், சாப்பிடுகிறபோது மௌனம் அனுஷ்டிக்கிறவன், பல்லாயிரம் ஆண்டுகள் சொர்க்கத்து இன்பங்களை அனுபவிப்பான்.

10

காமக்ரோதௌ ததா லோபம்
ஸ்வாது ச்ருங்காரகௌதுகே |
அதிநித்ரா அதிஸேவே ச
வித்யார்தீ ஹி அஷ்ட வர்ஜயேத் ||

கல்வியில் தேர்ச்சி பெற விரும்பும் மாணவன் இந்த எட்டுவகை, செயல்களையும் தவிர்க்க வேண்டும். பாலியல் உறவு, ருசித்தல், சினம், பேராசை, அலங்காரம் செய்து கொள்வது, கேளிக்கைகள், அளவு கடந்த தூக்கம், அளவுக்கதிகமான வேலை.

11

அக்ருஷ்ட ஃபலமூலானி வனவாஸரதி: ஸதா |
குருதே: அஹரஹ: ச்ராத்தம் ரிஷி: விப்ர: ஸ: உச்யதே ||

காட்டில் கிடைக்கும் கிழங்குகளையும் கனிகளையும் உண்டு வனத்தில் வாழ்வதே மேல் என நினைத்து முறைப்படிச் சமயச் சடங்குகள் செய்து வாழும் பிராமணன், முனிவர்களுக்குச் சமமானவன்.

12

ஏக ஆஹாரேண ஸந்துஷ்ட: ஷட்கர்ம நிரத: ஸதா |
*ருதுகால அபிகாமீ ச ஸ: விப்ர: **த்விஜ** உச்யதே ||*

ஒருநாள் பொழுதில் ஒருவேளை மட்டும் உணவருந்தி தனது நேரத்தைக் கடுந்தவத்திலும் சாஸ்திரம் பயில்வதிலும் செலவிட்டு ருதுகாலப்பொழுதில் (மட்டும்) தன் மனைவியுடன் வம்சவிருத்திக்காக மட்டும் உடலுறவு கொண்டு வாழ்கிற பிராமணன், தவிஜ் அல்லது இருபிறப்பாளன் என்று அழைக்கப்படுவான்.

13

லௌகிகே கர்மணி ரத:
பசூனாம் பரிபாலக: |
வாணிஜ்ய க்ருஷி கர்மா ய: ஸ:
விப்ர: வைஷ்ய உச்யதே ||

கால் நடைகளை வளர்த்து வருகிற பிராமணனும், நிலம் திருத்திப் பயிர்தொழில் செய்கிற பிராமணனும் – அதாவது உலகியல் வேலைகளில் தீவிரமாக ஈடுபடுகிற பிராமணன் – வைசிய பிராமணன் என்று அறியப்படுவான்.

14

லக்ஷாதி தைலனீலீனாம் கௌசும்ப மதுஸர்பிஷாம் |
*விக்ரேதா மத்யமாம்ஸானாம் ஸ: விப்ர: **சூத்ர** உச்யதே ||*

லக்ஷாதி தைலம், அவுரிச்செடி, பூ தேன், நெய், மது, இறைச்சி மற்றும் அதிலிருந்து பெறப்படும் பொருள்கள் ஆகியவற்றை விற்றுச் சம்பாதிக்கிற பிராமணன் சூத்திரன் என்று அறியப்படுவான்.

15

*பரகார்யவிஹன்தா ச **தாம்பிக:** ஸ்வார்தஸாதக: |*
*சலீ **த்வேஷீ** ம்ருது: க்ரூர: விப்ர: மார்ஜார: உச்யதே ||*

பிறரது காரியங்களில் இடையூறு செய்கிற, ஏமாற்றுகிற, சதித்திட்டமிடுகிற, மற்றவர்களுக்குத் தீங்கிழைக்கிற, நாவினிக்கப் பேசி நயவஞ்சகம் செய்கிற ஒருவன் பிராமணனாக இருந்தாலும் அவன் ஒரு மிருகமே.

16

வாபி கூப தடாகானாம் ஆராம் அஸுரவேச்மனாம் |
உச்சேதனே நிராசங்க: ஸ: விப்ர: ம்லேச்ச உச்யதே ||

கோயில்களையும் கிணறு குட்டை போன்ற நீர்நிலைகளையும் பழத்தோட்டங்களையும் கண்மூடித்தனமாக அழிப்பவன் ஒரு அறிஞனாக இருந்தாலும் அவன் ஒரு காட்டுமிராண்டி.

17

தேவத்ரவ்யம் குருத்ரவ்யம் பரதாராபிமர்சனம் |
நிர்வாஹ: ஸர்வபூதேஷு விப்ர: சாண்டால உச்யதே ||

குருவுக்கும் தெய்வத்திற்கும் உரிய பொருள்களைத் திருடுகிறவனும் மற்றவன் மனைவியுடன் உறவு கொள்பவனும், யாரிடமிருந்தும் யாசகம் பெறத் தயங்காது வாழ்பவனும், ஆகிய பிராமணன் தாழ்த்தப்பட்டவனாகக் கருதப்படுவான்.

18

தேயம் போஜ்யதனம் தனம் ஸுக்ருதிபி:
நோ ஸஞ்சய: தஸ்ய வை
ஸ்ரீகர்ணஸ்ய பலேச்ச விக்ரமபதே:
அத்ய அபி கீர்த்தி: ஸ்திதா |
அஸ்மாகம் மதுதானபோகரஹிதம்
நாதம் சிராத் ஸஞ்சிதம்
நிர்வாணாத் இதி நைஜபாதயுகலம்
தர்ஷயன்தி அஹோ மக்ஷிகா: ||

ஓர் அரசனும் ஒரு நல்ல மனிதனும் செல்வத்தைக் குவிக்காமல் சேர்த்த செல்வத்தைத் தானதரும காரியங்களுக்கு வாரி வழங்கவேண்டும். இவற்றைப் பதுக்குதல் இழிச்செயல். கர்ணன் புகழும் பலியின் புகழும் அவர்தம் அறச்செயல்களால் இன்றும் நீடிக்கிறது. தேனடையிலிருந்து எடுக்கப்படாத தேன், வீண்.

12

1

ஸாநந்தம் ஸதனம் ஸுதா அஸ்து
ஸுதிய: காந்தா ப்ரியாலாபினீ
இச்சாபூர்த்திதனம் ஸ்வயோஷிதி ரதி:
ஸ்வாக்ஞாபரா: ஸேவகா: |
ஆதித்யம் சிவபூஜனம் ப்ரதிதினம்
மிஷ்டான்னபானம் க்ருஹே
ஸாதோ: ஸங்கமுபாஸதே ச
சததம் தன்ய: க்ருஹஸ்தாச்ரம: ||

ஒரு மகிழ்ச்சி நிறைந்த வீடு எது தெரியுமா ? ஓர் இனிய இல்லத்தில் மனைவி இன்சொல் பேசும் உத்தமியாக இருப்பாள்; குழந்தைகள் பணிவுமிக்க அறிவாளிகளாக இருப்பார்கள்: போதுமான செல்வம் இருக்கும்; வேலையாட்கள் விசுவாசத்துடன் பணிவாக நடந்து கொள்வார்கள்; விருந்தினர்கள் முறையாக வரவேற்கப்பட்டு உபசரிக்கப்படுவார்கள்; இறைவழிபாடுகள் நடந்தேறும்; துறவிகள் வரவேற்கப்படுவார்கள். அத்தகைய இல்லத்தில் மகிழ்ச்சி நிரம்பியிருக்கும்.

2

ஆர்த்தேஷு விப்ரேஷு தயான்வித: ச
யச்ரத்தயா ஸ்வல்பமுபைதி தானம் |
அனன்தபாரமுபைதி ராஜன்
யத்தீயதே தத் ந லபேத் த்விஜேப்ய: ||

தானம் வீண் போகாது. நீ செய்த தானத்தைப் போல பத்து மடங்கு நற்பலன் திரும்ப வரும். எனவே பிராமணர்களுக்கும் தேவைப்படுவோருக்கும் முடிந்தவரை தானம் செய்.

3

தாக்ஷிண்யம் ஸ்வஜனே தயா பரஜனே
சாட்யம் ஸதா துர்ஜனே
ப்ரீதி: ஸாதுஜனே ஸ்மய:
கலஜனே வித்வத்ஜனே ச ஆர்ஜவம் |
சௌர்யம் சத்ருஜனே க்ஷமா குருஜனே
நாரீஜனே தூர்ததா
இத்தம் யே புருஷா கலாஸு குசலா:
தேஷு ஏவ லோகஸ்திதி: ||

சமூகத்தில் எப்படி நடந்து கொள்வது? வேலைக்காரர்களுடன் பண்போடும், உறவினர்களிடம் அன்புடனும், தீயவர்களிடம் கடுமையாகவும், நல்லவர்களிடம் கருணையுடனும், அறிஞர்களிடம் அடக்கத்துடனும், எதிரிகளிடம் துணிவுடனும், ஆசிரியர்களிடம் மரியாதையுடனும், பெண்களிடம் தந்திரமாகவும் நடந்து கொள்ளவேண்டும்.

4

ஹஸ்தௌ தானவிவர்ஜிதௌ ச்ருதிபுடௌ
ஸாரஸ்வதத்ரோஹிணௌ
நேத்ரே ஸாதுவிலோகனேன ரஹிதே
பாதௌ ந தீர்(த்)தம் கதௌ |
அன்யாயார்ஜித வித்த பூர்ணமுதரம்
கர்வேண துங்கம் சிர:
ரே ரே ஜம்புக முஞ்ச முஞ்ச ஸஹஸா
நீசம் ஸுனிந்த்யம் வபு: ||

எவனது கைகள் தானமளிப்பதில்லையோ, எவனது காதுகள் ஆன்மிக உரைகளைக் கேட்பதில்லையோ எவனது கண்கள் துறவிகளைத் தரிசிப்பது இல்லையோ, எவனது கால்கள் புனித இடங்களுக்குச் செல்வதில்லையோ, எவன் இழிவான வழிகளில் பொருள் சேர்த்து வாழ்க்கை நடத்துகிறானோ, எவன் அகங்காரம் பிடித்து அலைகிறானோ அவன் சதிகார குள்ள நரி போன்றவன். அவன் வாழ்வதைவிட சாவதே மேல்.

5

பத்ரம் நைவ யதா கரீலவிடபே
தோஷ: வஸந்தஸ்ய கிம்
ந உலூக: அபி அவலோகதே யதி
திவா ஸுர்யஸ்ய கிம் தூஷணம் |
வர்ஷா நைவ பதந்தி சாதகமுகே
மேகஸ்ய கிம் தூஷணம்
யத்பூர்வம் விதினா லலாடலிகிதம்
தன்மார்ஜிதும் க: க்ஷம: ||

கரீல் மரத்தில் (பிரண்டையில்) இலைகள் துளிர்க்கவில்லை என்றால் அது வசந்த காலத்தின் குற்றமா?

ஆந்தைக்குப் பகலில் கண் தெரியவில்லை என்றால் அது சூரியனின் குற்றமா?

சாதகப் பறவையின் வாயில் மழைத்துளி விழவில்லை என்றால் அது மேகத்தின் குற்றமா?

விதிக்கப்பட்டிருக்கிற ஊழின் செயலை யார் தான் மாற்றமுடியும்?

6

ஸத் ஸங்காத் பவதி ஹி ஸாதுனா கலானாம்
ஸாதூனாம் ந ஹி கலஸங்கத: கலத்வம் |
ஆமோதம் குஸுமபவம் ம்ருதேவ தத்தே
ம்ருத்கந்தம் நஹி குஸுமானி தாரயந்தி ||

ஒரு நல்லவன் தீயோர் தொடர்பில் இருந்தாலும் அவன் கெடுவதில்லை. நல்லவர்களுடன் தொடர்பு கொள்ளும் தீயவன் நற்குணங்களைப் பெறுவான். நிலத்தில் வளரும் செடிகளில் பூக்கும் மலர்கள் மண்ணின் மணத்தைப் பெறுவதில்லை.

7

ஸாதூனாம் தர்சனம் புண்யம்
தீர்(த்)த பூதா ஹி ஸாதவ: |
காலேன ஃபலதே தீர்(த்)தம்
ஸத்ய: ஸாதுஸமாகம: ||

புனிதர்களை(சாதுக்களை)த் தரிசிப்பது புண்ணியம். புனிதர்கள் புனித இடங்களுக்கு ஒப்பானவர்கள். ஆனால் ஒரே ஒரு வித்தியாசம் உண்டு. புனிதர்களின் தரிசனத்தால் உடனடி பலன் கிடைக்கும். புனித இடங்களின் தரிசன பலனுக்குச் சற்றுக் காலம் பிடிக்கும்.

8

விப்ரா: அஸ்மிந்நகரே மஹான்கதய
க: தால த்ருமாணாம் கண:
க: தாதா ரஜக: ததாதி
வஸனம் ப்ராத: க்ருஹீத்வா நிசி |
க: தக்ஷ: பரவித்த தார ஹரணே
ஸர்வ: அபி தக்ஷ: ஜன:
கஸ்மாத் ஜீவஸி ஹே ஸகே
விஷ க்ருமின்யாயேன ஜீவாமி அஹம் ||

ஓர் யாத்ரிகள் ஒரு பிராமணனைக் கேட்டான்:

இந்த நகரத்தில் உயர்ந்தவர் யார்?

பனைமரங்கள் என்று சொன்னான் பிராமணன். அந்த யாத்ரிகன் மீண்டும் கேட்டான்:

இந்த ஊரில் ஆகப்பெரிய தருமவான் யார்?

காலையில் அழுக்குத்துணிகளை வாங்கிச் சென்று அவற்றைத் துவைத்து மாலை கொண்டு வந்து தருகிற சலவைத் தொழிளாளிதான் என்று பதில் சொன்னான் பிராமணன்.

இங்கே சாதுர்யமும் அறிவும் கொண்டவன் யாரெனக் கேள்விகளைத் தொடர்ந்தான் யாத்ரிகன். அடுத்தவன் மனைவியையும் பணத்தையும் திருடுவதில் அனைவரும் கெட்டிக்காரர்கள் என்றான் பிராமணன்.

'அப்படியென்றால் நீ எப்படி வாழ்கிறாய்?' என்று யாத்ரிகன் கேட்டதற்கு பிராமணன் சொன்ன பதில்: சாக்கடையிலே வாழும் புழுவைப் போல.

9

ந விப்ர பாத உதக கர்தமாணி
ந வேத சாஸ்த்ர த்வனி கர்ஜிதானி |
ஸ்வாஹா ஸ்வதாகார விவர்ஜிதானி
ச்மசான துல்யானி க்ருஹாணி தானி ||

எந்த வீட்டில் வேதம் ஓதும் பிராமணர்களின் பாதங்கள் கழுவப்பட்டுத் தரை சேறாகவில்லையோ, எந்த வீட்டில் வேத மந்திர ஒலிகள் முழங்கவில்லையோ, எந்த வீட்டில் வேள்விகள் இயற்றப்படவில்லையோ அந்த வீடு சுடுகாடு போன்றது. அவ்வீட்டில் வாழ்பவர்கள் சடலங்களுக்கு ஒப்பானவர்கள்.

10

ஸத்யம் மாதா பிதா ஞானம்
தர்ம: ப்ராதா தயா ஸகா |
சாந்தி: பத்னீ க்ஷமா புத்ர:
ஷடேதே மம பாந்தவா: ||

சத்தியம் எனது தாய்; ஞானம் எனது தந்தை; தருமம் எனது சகோதரன்; கருணை எனது தோழன்; அமைதி எனது மனைவி; மன்னித்தல் எனது மகன்; இந்த ஆறு நற்பண்புகளே எனது உறவுகள்.

11

அனித்யானி சரீராணி விபவ: ந ஏவ சாச்வத: |
நித்யம் ஸந்நிஹித: ம்ருத்யு: கர்(த்)தவ்ய: தர்மஸங்க்ரஹ: ||

தேகம் அழியக்கூடியது; நிரந்தரமற்றது. தேடிய செல்வமும் சாஸ்வதமில்லை. மரணம் எப்போது நிகழும் என்பது

யாருக்கும் தெரியாது. எனவே நீ தரும காரியங்கள் செய்து புண்ணியம் தேடிக் கொள்.

12

நிமன்த்ரோத்ஸவா விப்ரா:
காவோ நவத்ருணோத்ஸவா: |
பதி உத்ஸாஹயுதா பார்யா
அஹம் க்ருஷ்ண சரண உத்ஸவ: ||

ஒரு பிராம்மணனை விருந்துக்கு அழைத்தால் அவனுக்கு அது திருவிழா. ஒரு பசுவுக்குக் கண்ணில் படும் புல்வெளி ஒரு திருவிழா. ஒவ்வொரு நாளும் கணவன் உத்வேகத்தோடு இருப்பது மனைவிக்குத் திருவிழா. எனக்குக் கண்ணன் திருவடியே திருவிழா.

13

மாத்ருவத் பரதாரேஷு பரத்ரவ்யேஷு லோஷ்டவத் |
ஆத்மவத் சர்வபூதேஷு ய: பச்யதி ஸ: பண்டித: ||

பிறர் மனைவியை எவனொருவன் தன் தாயைப் போல் கருதுகிறானோ, எவனொருவன் பிறரது செல்வத்திற்கு ஆசைப்படாமல் அதைத் தூசாகக் கருதுகிறானோ, எவன் எல்லாவற்றிலும் தன் ஆத்மாவைக் காண்கிறானோ அவனே பண்டிதனாவான்.

பாடபேதம்: பரதாரேஷு   =   பரதாராம் ச
          பரத்ரவ்யேஷு   =   பரத்ரவ்யாணி
          பண்டித: =   பச்யதி

14

தர்மே தத்பரதா முகே மதுரதா
தானே ஸமுத்ஸாஹதா
மித்ரே அவஞ்சகதா குரௌ வினயதா
சித்தே அதிமபீரதா |

ஆசாரே சுசிதா குணே ரஸிகதா
சாஸ்த்ரேஷு விக்ஞாநதா
ரூபே ஸுந்தரதா சிவே பஜனதா
த்வயி அஸ்தி போ ராகவ ||

இனியவனாய் மதப்பற்று உடையவனாய் தானம் செய்ய தயாள குணம் கொண்டவனாய் நம்பிக்கைக்குரிய தோழனாய், குருவிடம் மரியாதை கொண்டவனாய், சாந்தமும் பணிவும் பெருந்தன்மையும் கொண்டவனாய், சாஸ்திர ஞானம் பெற்றவனாய் நல்ல ரசனையும் இனிய தன்மையும் கொண்டவனாய் எவன் இருக்கிறானோ அவன் உத்தம புருஷன்.

15

காஷ்டம் கல்பதரு: ஸுமேருசலச்சின்தாமணி: ப்ரஸ்தர:
ஸுர்யா: தீவ்ரகர: சசீ க்ஷயகர: க்ஷார: ஹி வாராம் நிதி: |
காம: நஷ்டதனு: வலி: திதிஸுத: நித்யம் பசு: காமகௌ:
ந ஏதான் அஸ்தே துலயாமி போ ரகுபதே கஸ்ய
[உபமா தீயதே ||]

ஓ ராமா! கற்பகத் தரு கேட்டதைக் கொடுக்கும். ஆனால் அது ஒரு மரம். மேருமலை வலிவுமிக்கது; ஆனால் அது ஒரு கற்பாறை; சிந்தாமணி என்கிற ரத்தினம் கவலை தீர்க்கும். ஆனால் அதுவும் ஒரு கல்தான். சூரியன் ஒளி தந்தாலும் அதன் வெம்மை தகிக்கும். நிலா குளிர்ச்சியானது. ஆனால் களங்கமுடையது; அது வளரும், தேயும். கடல் பெரிதினும் பெரிது; ஆனால் உப்புநீர் கொண்டது. காமதேவன் மன்மத தெய்வம். ஆனால் அவன் தேகமற்றவன். அரசன் மாபலி சக்கரவர்த்தி தருமத்திற்குப் பெயர் போனவன். ஆனால் அவன் அசுர குலத்தைச் சேர்ந்தவன். காமதேனு நமது ஆசையை நிறைவேற்றித் தரும். ஆனால் அது ஒரு பசுதான். எனவே உன்னுடன் ஒப்பிட இவ்வுலகில் எதுவுமில்லையே ராமா!

16

விநயம் ராஜபுத்ரேப்ய:
பண்டிதேப்ய: ஸுபாஷிதம் |

அன்ருதம் த்யூதகாரேப்ய:
ஸ்த்ரீப்ய சிக்ஷேத கைதவம் ||

தன்னைச் சுற்றியுள்ள ஒவ்வொருவரிடமிருந்தும் நாம் ஏதோ ஒன்றைக் கற்றுக் கொள்ளலாம். இளவரசர்களிடமிருந்து பணிவையும் நன்னடத்தையும் கற்றுக் கொள்ளலாம். அறிஞர்களிடமிருந்து அன்பாகவும் இனிமையாகவும் பேசும் கலையைக் கற்றுக் கொள்ளலாம். சூதாடிகளிடமிருந்து பொய் பேசக் கற்கலாம். தந்திரமாக நடந்து கொள்வதை பெண்களிடமிருந்து கற்கலாம்.

17

அனாலோக்ய வ்யயம் கர்(த்)தா
அனாத: கலஹப்ரிய: |
ஆதுர: ஸர்வக்ஷேத்ரேஷு
நர: சீக்ரம் விநச்யதி ||

வருமானத்திற்கு அதிகமாகச் செலவழித்தல், காரணமில்லாமல் சண்டைக்குச் செல்லுதல், எல்லா வகைப் பெண்களுடனும் உறவு கொள்ளுதல் ஆகிய இச்செயல்கள் அழிவுக்கு இட்டுச் செல்லும்.

18

ந ஆஹாரம் சின்தயேத் ப்ராக்ஞ:
தர்மம் ஏகம் ஹி சின்தயேத் |
ஆஹார: ஹி மனுஷ்யாணாம்
ஜன்மனா ஸஹ ஜாயதே ||

குழந்தை பிறக்கும் போதே அதற்குத் தேவையான உணவைக் கடவுள் அளித்துவிடுகிறார். உனக்குக் கிடைக்க வேண்டிய உணவு கிடைக்கும்; அதற்காகக் கவலைப்படாதே! உனது ஆன்மிகக் காரியங்களில் ஈடுபடு.

19

ஜலபிந்து நிபாதேன க்ரமச: பூர்யதே கட: |
ஸ ஹேது: ஸர்வவித்யானாம் தர்மஸ்ய ச தனஸ்ய ச ||

சொட்டு சொட்டாய் நீர் சொட்டிக் கொண்டிருந்தால் ஒரு ஜாடி முழுவதும் நிரம்பிவிடும். ஒவ்வொரு நாளும் நற்செயல் புரிந்து வந்தால் பெருமளவில் இறையருள் கிட்டும்.

20

வயஸ: பரிணாமே அபி ய: கல: கல ஏவ ஸ: |
ஸம்பக்வமபி மாதுர்யம் ந உபயாதி இந்த்ரவாருணம் ||

பாகற்காய் பழுத்தாலும் இனிக்காது. அதுபோல வயது முதிர்ந்தாலும் தீயவன் பண்பு மாறாது.

13

1

முஹூர்(த்)தமபி ஜீவேத் ச நர: சுக்லேன கர்மணா |
ந கல்பம் அபி கஷ்டேன லோகத்வய விரோதினா ||

நீண்ட ஆயுள் பெற்றுப் பாவ காரியங்களைச் செய்து வருவதால் யாது பயன்? குறைந்த காலம் வாழ்ந்தாலும் நற்செயல்கள் புரிந்து வாழும் வாழ்க்கை மேலானது.

2

கதே சோக: ந கர்தவ்ய: பவிஷ்யம் ந ஏவ சின்தயேத் |
வர்(த்)தமானேன காலேன வர்(த்)தயன்தி விசக்ஷணா: ||

கடந்த காலம் குறித்துக் கவலைப்படாதே எதிர்காலம் குறித்த அச்சமும் தேவையில்லை. நிகழ்காலம் பற்றி விழிப்போடு இரு.

3

ஸ்வபாவேன ஹி துஷ்யன்தி தேவா:
ஸத்புருஷா: பிதா |
ஞாதய: ஸ்னானபானாப்யாம்
வாக்யதானேன பண்டிதா: ||

நன்னடத்தை மற்றும் நல்ல மனநிலை மூலமாக ஒருவன் தனது தந்தையையும் ஆசானையும் மேன்மையானதொரு மனிதனையும் திருப்திப்படுத்திவிட முடியும். அதேபோல் உபசரிப்பால், இனிய மொழியால் தனது நண்பர்களையும் உறவினர்களையும் பண்டிதர்களையும் மனநிறைவுறச் செய்யலாம்.

8

ராஞி தர்மிணி தர்மிஷ்டா: பாபே பாபா: ஸமே ஸமா: |
ராஜானம் அனுவர்(த்)தன்தே யதா ராஜா ததா ப்ரஜா: ||

மன்னன் எவ்வழி அவ்வழி மக்கள். மன்னனுக்கு இறைநம்பிக்கை இருந்தால் மக்களிடத்திலும் இறைப் பற்று இருக்கும். மன்னன் பாவம் செய்தால் மக்களும் அப்படியே செய்வார்கள். மன்னனின் அலட்சியம் மக்களிடமும் இருக்கும்.

9

ஜீவன்தம் ம்ருதவன்மன்யே தேஹினம் தர்மவர்ஜிதம் |
ம்ருத: தர்மேண ஸம்யுக்த: தீர்கஜீவீ ந ஸம்சய: ||

குற்றமிழைக்கிறவன் உயிருடன் இருக்கலாம். அவன் இறந்து போய்விட்ட மனிதனுக்கு ஒப்பானவன். ஆனால் நற்காரியங்கள் பல செய்தவன் இறந்த பின்னரும் நினைவில் வாழ்வான்.

அவனுக்குக் கிடைக்கும் புகழும் மதிப்பும் அவனை வாழ வைக்கிறது. சந்தேகமில்லை.

10

பந்**தா**ய விஷயாஸங்**க:** முக்த்யை நிர்விஷயம் மன: |
மன ஏவ மனுஷ்யாணாம் காரணம் **பந்த**மோக்ஷயோ: ||

முக்தி பெறவே கடவுள் நமக்கு வாழ்க்கையும் ஆன்மாவும் அளித்திருக்கிறார். ஆனால் மனிதனோ ஆசாபாசங்களில் அகப்பட்டுத் தன் இலக்கை விட்டு விலகித் தத்தளிக்கிறான். இதற்குக் காரணம் மனம். நமது துயரங்களுக்கு அடிப்படை காரணம் மனமே. நம் மனம் மாறினால் மறுமைக்கு மார்க்கம் கிடைக்கும்.

12

தேஹா**பி**மானே: **க**லிதம் ஞானேன பரமாத்மனி |
யத்ர யத்ர மன: யாதி தத்ர தத்ர ஸமா**த**ய: ||

இறைவனை வழிபடுவதிலேயே பெரும் வேட்கைக் கொண்டவனுக்கு, மனம் அலைபாய்ந்தாலும் அவனால் தியானித்திருக்க முடியும். தேகத்திற்கும் ஆன்மாவுக்குமான உண்மையான உறவைப் புரிந்துகொள்ளக்கூடிய ஒருவன் எந்தச் சூழ்நிலையிலும் தியானம் செய்ய முடியும்.

13

ஈப்ஸிதம் மனஸ: ஸர்வம்
கஸ்ய ஸம்பத்யதே ஸுகம் |
தைவ ஆயத்தம் யத: ஸர்வம்
தஸ்மாத் ஸன்தோஷம் ஆச்ரயேத் ||

நமது விருப்பங்களையும் நமது இன்பங்களையும் விட்டொழிக்க வேண்டும். நமது தேவையை இறைவன் அறிவான். அனைத்தும் அவனது கரங்களில். நமக்குக் கிடைத்ததை வைத்துக் கொண்டு திருப்தியுற வேண்டும்.

14

யதா தேனு ஸஹஸ்ரேஷு வத்ஸ: கச்சதி மாதரம் |
ததா யத் ச க்ருதம் கர்ம கர்(த்)தாரம் அனுகச்சதி ||

ஆயிரம் பசுக்கள் நிறைந்த கூட்டத்தில் தனது தாய்ப் பசுவைக் கன்றுக்குட்டி தேடிக் கண்டுபிடித்து விடுவது போல நமது வினையின் பலன்கள் விடாமல் தொடர்ந்து வந்து நம்மைக் கண்டடையும்.

15

அனவஸ்தித கார்யஸ்ய ந ஜனே ந வனே ஸுகம் |
ஜன: தஹதி ஸம்ஸர்காத் வனம் ஸங்கவிவர்ஜனாத் ||

குறிக்கோளற்ற வாழ்க்கையை மேற்கொண்ட மனிதர்கள் நாட்டில் அமைதி காண முடியாது. அவர்கள் காட்டுக்குச் சென்றாலும் அமைதி பெறமுடியாது. எனவே வாழ்க்கையில் குறிக்கோள் முக்கியம்.

16

கனித்வா ஹி கனித்ரேண பூதலே வாரி விந்ததி |
ததா குருகதாம் வித்யாம் சுச்ரூஷு: அதிகச்சதி ||

தோண்டத் தோண்ட நிலத்திலிருந்து நீர் பெருகும். அதைப்போல குருவிடமிருந்து ஞானம் பெற ஒரு சீடன் கடுமையாகப் பணிவிடைகள் செய்ய வேண்டும்.

17

ஏக அக்ஷர ப்ரதாதாரம்
யஃ குரும் ந அபிவன்ததே |
ச்வானயோநி சதம் கத்வா
சாண்டாலேஷு அபிஜாயதே ||

பிரம்மத்தை அடையும் வேத மந்திரம் ஓம். இந்த மந்திர ஞானத்தை அடைந்த பின்னும் குருவுக்கு மரியாதை செலுத்தாதவன் நாயாக நூறுமுறை பிறவி எடுப்பான். பிறகு அசுரனாகப் பிறப்பான்.

18

யுகான்தே ப்ரசலேன்மேரு: கல்பான்தே ஸப்த ஸாகரா: |
ஸாதவ: ப்ரதிபன்னார்(த்)தான் ந சலன்தி கதாசன ||

ஒரு யுகத்தின் முடிவில் மேருமலை இடம் பெயரலாம். ஒரு கல்பகால முடிவில் ஏழு கடல்களும் கொந்தளித்துப் பூமியை மூழ்கடிக்கலாம். ஆனால் மாபெரும் உன்னத புருஷர்கள் அவர்கள் தேர்ந்தெடுத்துக் கொண்ட பாதையிலிருந்து விலகமாட்டார்கள். தமது தீர்மானங்களிலிருந்து தடுமாற மாட்டார்கள்.

14

1

ப்ருதிவ்யாம் த்ரீணி ரத்னானி
ஜலம் அன்னம் ஸுபாஷிதம் |
மூடை: பாஷாணகண்டேஷு
ரத்னஸம்ஞா விதீயதே ||

உணவு, தண்ணீர், இன்சொல் ஆகிய இம்மூன்றும் பூமியின் உண்மையான ரத்தினங்கள். ஆனால் மக்கள் கல்துண்டுகளாகிய ரத்தினங்களை மதிப்புடையதாகக் கருதுகிறார்கள்.

2

ஆத்மஅபராத வ்ருக்ஷஸ்ய ஃபலானி ஏதானி தேஹினாம் |
தாரித்ரய துக்க ரோகாணி பந்தனவ்யஸனானி ச ||

மனிதன் தனது செயல்களுக்கேற்றப் பலன்களைப் பெறுகிறான். தீமை என்ற மரத்திலிருந்து விளையும் பழங்களாக ஏழ்மை, நோய்கள், பிரச்சனைகள், சோகம், துயரம், கவலைகள், நம்மைக் கட்டுப்படுத்தும் தளைகள் என்பனவற்றைக் கூறலாம்.

3

புன: வித்தம் புன: மித்ரம் புன: பார்யா புன: மஹீ |
ஏதத் ஸர்வம் புன: லப்யம் ந சரீரம் புன: புன: ||

இழந்த பணத்தை மீண்டும் பெறலாம். பிரிந்த தோழன் மீண்டும் வரலாம். இன்னொருத்தியை மீண்டும் மணம் முடிக்கலாம். ஆனால் இழந்த தேகம் மீண்டும் வராது. வாழ்க்கை ஒருமுறைதான்.

4

பஹுனாம் ச ஏவ சத்த்வானாம் ஸமவாய: ரிபுஞ்ஜய: |
வர்ஷாதாராதர: மேக: த்ருணை: அபி நிவார்யதே ||

வைக்கோல் கட்டுகளால் வேயப்பட்டக் கூரை வீட்டில் தண்ணீர் ஒழுகாது. அதேபோல பலவீனமான பலர் ஒன்று திரண்டு உருவாகும் படை வலிமையான எதிரியைத் தோற்கடிக்கும். ஒற்றுமையே வலிமை.

5

ஜலே தைலம் கலே குஹ்யம்
பாத்ரே தானம் மனாகபி |
ப்ராக்ஞே சாஸ்த்ரம் ஸ்வயம் யாதி
விஸ்தாரம் வஸ்துசக்தித: ||

ஒரு கெட்டவனிடம் கசிந்துவிட்ட ரகசியம், தகுதியுடையவனுக்குக் கொடுக்கப்பட்ட தானம், அறிவுடையவனுக்குத் தரப்பட்ட அறிவு ஆகிய இவை நீரில் விழுந்த எண்ணெய்த் துளி போல் தானாகவே பரவும்.

6

தர்மாக்யானே ச்மசானே ச ரோகிணாம் யா மதி: பவேத் |
ஸா ஸர்வதைவ நிஷ்டேத் சத்க: ந முச்யேத பந்தனாத் ||

ஓர் ஆன்மிகச் சொற்பொழிவைக் கேட்கும்போதும், தகனம் செய்கிற இடத்தில் இறந்த உடலைப் பார்க்கும்போதும், லௌகீக பற்றுகள் மதிப்பற்றவையாகத் தோன்றும். வெறுப்பு வளரும். ஆனால் அவ்விடங்களிலிருந்து வீடு திரும்பியவுடன் மீண்டும் உலகியல் ஆசைகள் சூழ்ந்து கொள்ளும். இந்தத் தடுமாற்றத்திலிருந்து விடுபட்டால்தான் முக்தி அடையலாம்.

கருத்து: புராண (உபந்நியாக) வைராக்யம், பிரசவ வைராக்யம், மயான வைராக்யம் நிலையற்றவை.

7

உத்பன்ன பச்சாத் தாபஸ்ய
புத்தி: பவதி யாத்ருசீ |
தாத்ருசீ யதி பூர்வம் ஸ்யாத்
கஸ்ய ந ஸ்யாத் மஹோதய: ||

பாவம் செய்த பிறகே ஒருவன் வருத்தப்படுகிறான். இந்த ஞானம் பாவகாரியத்தில் இறங்கும் முன் தோன்றியிருந்தால் எந்தப் பாவத்திற்கும் ஆளாகியிருக்க மாட்டான். மோட்சத்திற்குத் தகுதி பெற்று இருப்பான்.

8

தானே தபஸி சௌர்யே வா விக்ஞானே வினயே நயே |
விஸ்மய: நஹி கர்(த்)தவ்ய: பஹுரத்னா: வஸுந்தரா ||

திமிரும் தற்பெருமையும் தகாதது. நீ ஏதோ ஒரு விஷயத்தில் உயர்ந்தவனாக இருக்கலாம். தானதருமங்கள், தவம் புரிதல், வீரம், ஞானம் என்று ஏதோ ஒரு பண்பில் சிறந்து விளங்கலாம். ஆனால் உன்னைவிட மேம்பட்டவர்கள் இந்த உலகத்தில் உள்ளனர் என்பதை மனதில் பதிய வைத்துக்கொள்.

9

தூரஸ்த: அபி தூரஸ்த:
ய: யஸ்ய மனஸி ஸ்தித: |
ய: யஸ்ய ஹ்ருதயே ந அஸ்தி
ஸமீபஸ்த: அபி தூரத: ||

நெடுந்தூரத்தில் வாழ்ந்தாலும், நெஞ்சுக்கு நெருக்கமானவர் வெகுதூரத்தில் இல்லை. பக்கத்தில் இருந்தாலும் இதயத்தில் இடமில்லாதவர் நெடுந்தொலைவில் தான் இருக்கிறார்.

10

யஸ்மாத் ச ப்ரியமிச்சேத் து
தஸ்ய ப்ரூயாத் ஸதா ப்ரியம் |
வ்யாத: ம்ருகவதம் கர்தும்
கீதம் காயதி ஸுஸ்வரம் ||

யாரிடமிருந்து உதவிகள் பெற விரும்புகிறாயோ அல்லது யாரை வசப்படுத்த விரும்புகிறாயோ அவரிடம் இனிமையாகப் பேசி மயக்கு. ஒரு வேடன் மானைக் கண்டவுடன் அதைக் கொல்வதற்கு முன் ஒரு மதுரமான ஒலி எழுப்பி அதை வசீகரிக்கிறான்.

11

அத்யாஸன்னா வினாசாய
தூரஸ்தா ந ஃபலப்ரதா |
ஸேவ்யதாம் மத்யபாவேன
ராஜா வ(ஹ்)னி குரு ஸ்த்ரிய: ||

அரசன், அக்னி, குரு மற்றும் பெண் ஆகியோரிடம் நெருங்கிப் பழகுதல் மோசமான விளைவுகளை உண்டு பண்ணும். இவர்களை விட்டு விலகிப் போனாலும் நல்ல பலன் கிட்டாது.

இதன் வேறுபட்ட வடிவம் அதே கருத்தில் கீழ்வருமாறு:

சத்யாஸன்ன வினாசாய;
தூரஸ்தா ந ஃபலப்ரதா
ஸேவ்யந்தாம்; மத்யபாகேன;
ராஜா வ(ஹ்)னி குரு த்ரய

ஒப்புமை: அகலாது அணுகாது தீக்காய்வார் போல்க
இகல்வேந்தத்ர்ச் சேர்ந்தொழுகுவார் (குறள் 691)

அழலின் நீங்கான், அணுகான் அஞ்சி
(நன்னூல் சூத்திரம்)

12

அக்னி: ஆப: ஸ்த்ரிய: மூர்க:
ஸர்பா ராஜகுலானி ச |
நித்யம் யத்னேன ஸேவ்யானி
ஸத்ய: ப்ராணஹராணி ஷ்ட் ||

தீ, தண்ணீர், பெண், முட்டாள், பாம்பு, ராஜ குடும்பத்தினர் ஆகிய இவர்களிடம் எச்சரிக்கையோடு இருக்க வேண்டும். இவர்களால் ஆபத்து விளையலாம்.

13

ஸ: ஜீவதி குணா யஸ்ய
யஸ்ய தர்ம: ஸ ஜீவதி |
குண–தர்ம–விஹீனஸ்ய
ஜீவிதம் நிஷ்ப்ரயோஜனம் ||

அறநெறி சார்ந்து நற்பண்புகளோடு வாழ்கிறவன் மட்டுமே வாழத் தகுதியுடையவன். இந்தக் குணங்கள் இல்லை என்றால் வாழும் வாழ்வுக்கு அர்த்தமில்லை.

14

ப்ரஸ்தாவ ஸத்ருஷம் வாக்யம்
ப்ரபாவ ஸத்ருஷம் ப்ரியம் |
ஆத்மசக்தி ஸமம் கோபம்
ய: ஜானாதி ஸ: பண்டித: ||

தக்க நேரத்தில் வாய் திறந்து பேசுகிறவன் எவனோ அவனே தனது வலிமை அறிந்து வீரம் காட்டுகிறவன். தன் திறன் அறிந்து அதற்கேற்பக் கோபப்படுகிறவன் எவனோ அவனே அறிவாளி.

15

ஏக ஏவ பதார்த: து த்ரிதா பவதி: வீக்ஷித: |
குணபம் காமினீ மாம்ஸம் யோகிபி: காமிபி: ச்வபி: ||

பொருள் ஒன்றுதான். ஒரு அழகிய பெண் மூன்று பேரால் மூன்றுவிதமாகப் பார்க்கப்படுகிறாள். ஒரு காமுகன் அவளைப் போகப் பொருளாகப் பார்க்கிறான். ஒரு யோகி அவளை முடைநாற்றம் வீசும் சடலம் என்று சொல்கிறான். நாயைப் பொருத்தவரையில் அவள் ஒரு மாமிசப் பிண்டம்.

16

ஸுஸித்தம் ஔஷதம் தர்மம்
க்ருஹச்சித்ரம் ச மைதுனம் |
குபுக்தம் ச குச்ருதம் ச ஏவ
மதிமான் ந ப்ரகாசயேத் ||

அறிவுடைய ஒருவன் சில விஷயங்களை யாரிடமும் சொல்ல மாட்டான்; ரகசியமாகப் பாதுகாப்பான்: தான் பயன்படுத்தும் மருந்துகள், தான் செய்கிற சமயச் சடங்குகள் தனது வீட்டுப் பிரச்சனைகள், தனது பாலியல் உறவுகள், தான் சாப்பிட்ட கெட்ட உணவு, பிறரைப் பழித்துரைத்தப் பேச்சுகள் ஆகியவை அவை.

17

தாவத் மௌனேன நீயன்தே
கோகிலை: ச ஏவ வாஸரா: |
யாவத் ஸர்வஜனான்
அந்ததாயினீ வாக் ப்ரவர்(த்)ததே ||

வசந்த காலம் வரும் வரை குயில் மௌனமாய் காத்திருக்கும். வசந்தம் வந்தவுடன் அது கூவத் தொடங்கிவிடும். கால மறிந்து அந்தப் பருவத்துக்கேற்றப் பணிகளை அறிஞர்கள் தொடங்குவார்கள்.

18

தர்மம் தனம் ச தான்யம் ச குரோ: வசனம் ஔஷதம் |
ஸுக்ருஹீதம் ச கர்(த்)தவ்யம் அன்யதா து ந ஜீவதி ||

சமயச் சடங்குகளில் குறை ஏற்பட்டால் நல்ல பலன் கிட்டாது. உயிர் காக்கும் மருந்துகளை உரிய முறையில் பயன்படுத்தா விட்டால் உயிருக்கே ஊறு நேரலாம். குருவின் ஆணையை முறையாகப் பின்பற்றவில்லை என்றால் கஷ்டங்கள் நேரும். உணவையும் செல்வத்தையும் அளவுக்கதிகமாக செலவழித்தால் ஏழ்மைதான் மிஞ்சும்.

19

த்யஜ துர்ஜன ஸம்ஸர்கம் பஜ ஸாதுஸமாகமம் |
குரு புண்யம் அஹோராத்ரம் ஸ்மர நித்யம் அநித்யத: ||

நல்லோரை நாடு; தீயோர் உறவைத் தவிர். தொடர்ந்து அறச்செயல்களில் ஈடுபட்டிரு; இறைச் சிந்தனையில் மூழ்கி எந்நேரமும் இறைவனை வழிபடு; உலகம் நிலையற்றது என்பதை நினைவில் கொள். நல்வாழ்வு வாழ இதுவே வழி.

15

1

யஸ்ய சித்தம் த்ரவிபூதம்
 க்ருபயா ஸர்வஜன்துஷு |
தஸ்ய ஞானேன மோக்ஷேண
 கிம் ஜடாபஸ்மலேபனை: ||

கருணையைவிட நற்குணம் வேறில்லை. எல்லா உயிர்களிடத்தும் கருணை கொண்டிரு. அப்படி வாழ்ந்தால் ஞானமும் முக்தியும் பெற நீ சடை வளர்க்க வேண்டாம்; மேனியில் விபூதி பூசிக்கொள்ள வேண்டாம்.

2

ஏகமபி அக்ஷரம் ய: து குரு:
ப்ரபோதயேத் |
ப்ருதீவ்யாம் ந அஸ்தி தத் த்ரவ்யம்
யத் தத்வா ஸ: அந்ருணீ பவேத் |

எந்த ஆசான் ஒரேயொரு அட்சரத்தைக் கற்பித்தாரோ அந்தக் குருவின் ஆசியுடன்தான் ஒரு மனிதன் தன் லௌகிகப் பற்றுகளிலிருந்து விடுபடுகிறான். பிரம்மத்துடன் தன்னை ஒன்றிணைக்கிற குருவுக்கு எவ்வளவு கொடுத்தாலும் ஈடாகாது. மதிப்புமிக்க ரத்தினங்களைத் தட்சணையாகக் கொடுத்தாலும் குருவின் கடனைத் திருப்பித் தர இயலாது. அப்படிப்பட்டப் பொருள் பூமியில் இல்லை.

3

கலானாம் கன்டகானாம் ச
த்விவிதா ஏவ ப்ரதிக்ரியா |
உபானன்முக பங்க:
வா தூரத: வா விஸர்ஜனம் ||

தீயவர்கள் முள் செடிகள் போன்றவர்கள். உங்கள் காலணிகளால் அவற்றை நசுக்கி விடுங்கள், அல்லது வேறு பாதையைத் தேர்ந்தெடுங்கள். அதாவது தீயவர்களை அழித்து ஒழிக்க வேண்டும், அல்லது அவர்களை விட்டுத் தூர விலகிச் செல்ல வேண்டும்.

4

குசைலினம் தந்தம் அலோப தாரிணம்
பஹு ஆசினம் நிஷ்டுரபாஷிணம் ச |
ஸூர்யோதயே ச அஸ்தமிதே சயானம்
விமுன்சதி ஸ்ரீ: யதி சக்ரபாணி: ||

அழுக்கான உடைகளை அணிபவனும், பல் துலக்காதவனும், பெருந்தீனிக்காரனும், கெட்ட வார்த்தைகள் பேசுகிறவனும் சூரிய உதயத்திற்குப் பின்னும் சூரிய அஸ்தமனத்தின்போதும் உறங்குகிறவனும், அவன் மகாவிஷ்ணுவானாலும் அவனிடமிருந்து அழகும், உடல்நலமும் செல்வமும் வளர்ச்சியும் பிரிந்து போய்விடும்.

த்யஜந்தி மித்ராணி தனை: விஹீனம்
புத்ரா: ச தாரா: ச ஸுஹ்ருத் ஜனா: ச |
தமர்(த்)தவன்தம் புன: ஆச்ரயன்தி
அர்த்த: ஹி லோகே மனுஷ்யஸ்ய பந்து ||

பணம் வரும்போது மனைவி மக்கள் நண்பர்கள் உறவினர் என எல்லோரும் வந்து அன்பு காட்டுவார்கள். ஆனால் பணக்காரன் ஒருவன் ஏழையானால் இதே உறவுகள் அவனை விட்டுப் பிரிந்து செல்லும். பணம்தான் உறவும் நட்பும் எல்லாமும்.

இதே நூலில், பகுதி 7, ஸ்லோகம் 15 பார்க்கவும்.

ஒப்பு: பொருளில்லார்க்கு இல்லை இவ்வுலகம் (குறள்)

6

அன்யாய உபார்ஜிதம் த்ரவ்யம் தச வர்ஷானி திஷ்டதி |
ப்ராப்தே ச ஏகாதசே வர்ஷே ஸமூலம் தத் வினச்யதி ||

தவறான வழியில் பாவம் செய்து சம்பாதிக்கிற செல்வம் அதிக பட்சம் பத்து ஆண்டுகள் மட்டுமே நிலைத்திருக்கும். பிறகு முதலும் வட்டியுமாக அனைத்து செல்வத்தையும் இழக்க நேரிடும். 'அழக்கொண்ட எல்லாம் அழப்போம்'–குறள்: 659.

7

அயுக்தம் ஸ்வாமின: யுக்தம் யுக்தம் நீசஸ்ய தூஷணம் |
அம்ருதம் ராஹவே ம்ருத்யு: விஷம் சங்கரபூஷணம் ||

சமூகத்தில் ஒருவனது அந்தஸ்து முக்கியத்துவம் பெறுகிறது. அதிகாரமிக்கவனின் தகாத செயல் கூட ஏற்கப்படுகிறது. சமூகத்தில் கீழ்நிலையில் உள்ளவன் செய்யும் சரியான காரியத்திலும் குறை காணப்படும்.

சிவன் அருந்தியதால் விஷம் தொண்டையில் நிலைத்து சிவாபரணமாயிற்று. பாற்கடலைக் கடைந்த போது தோன்றிய அமிர்தத்தை அசுரனாகிய ராகு அருந்தியதால் அவன் தலை அறுபட்டது.

8

தத் போஜனம் யத் த்விஜ புக்த சேஷம்
தத் ஸௌஹ்ருதம் யத் க்ரியதே பரஸ்மின் |
ஸா ப்ராக்ஞதா யா ந கரோதி பாபம்
தம்பம் வினா ய: க்ரியதே ஸ: தர்ம:||

பிராமணர்கள் மனநிறைவு பெறும் வரை அவர்களுக்கு உணவளித்து, எஞ்சிய உணவே மேலான உணவு. பிறரை நேசிப்பதே உண்மையான அன்பு. பாவங்கள் செய்யாதவன்தான் புத்திசாலி. பாவம் செய்யாமல் பொய் கூறாமல் கர்வமின்றிச் செய்யப்படுவது எதுவோ, அதுவே தர்மம்.

9

மணி: லுண்டதி பாதாக்ரே காச: சிரஸி தார்யதே |
க்ரய–விக்ரய–வேலாயாம் காச: காச: மணி: மணி: ||

ஒருவனது பாதங்களில் அணிந்திருக்கும் ஆபரணத்தில் ரத்தினக் கற்கள் உருண்டு கொண்டிருக்கலாம். ஆனால் வெறும் கண்ணாடித் துண்டுகள் தலையில் உள்ள மகுடத்தை அலங்கரித்திருக்கலாம். விற்பனைக்கு வரும் நேரத்தில் கண்ணாடித் துண்டுகள் வெறும் கண்ணாடியாகவேத்தான் மதிப்பிடப்படும். ரத்தினக்கற்கள் ரத்தினமாக மதிப்பிடப்படும்.

10

அனந்த சாஸ்த்ரம் பஹுலா: ச வித்யா:
ஸ்வல்ப: ச கால: பஹுவிக்னதா ச |
யத்ஸாரபூதம் தத் உபாஸனீயாம்
ஹம்ஸ: யதா க்ஷீரம் இவ அம்பும் அத்யாத் |

மிகப்பெரும் அளவில் அறிவால் நிரம்பியது இவ்வுலகம். பலநூறு பிறவிகள் எடுத்தாலும் மனித ஆத்மாவால் அனைத்து அறிவையும் கற்று அறிய முடியாது. அதனால் நீரைப் பிரித்து பாலைப் பருகும் அன்னப்பறவை போல மிகமிக அத்தியாவசியமான நூல்களை எண்ணற்றப் புனித நூல்களிலிருந்து பிரித்துத் தேர்வு செய்து படிக்கவேண்டும்.

ஒப்புமை: கற்றது கைம்மண்ணளவு கல்லாதது உலகளவு!

11

தூர ஆகதம் பதி ச்ராந்தம்
வ்ருதா ச க்ருஹமாகதம் |
அனர்(ச்)சயித்வா ய: புங்க்தே
ஸ: வை சாண்டால உச்யதே ||

வெகுதொலைவில் இருந்து வரும் விருந்தினர், களைத்த பயணிகள், தங்கஇிடம் தேடி வரும் நபர்கள் ஆகிய பயணிகளை வந்தவுடன் உபசரித்து உணவளித்த பின்னரே ஒருவர் சாப்பிட வேண்டும். வந்த விருந்தினரைக் காக்க வைத்துத் தான் மட்டும் சாப்பிடுகிறவன் சண்டாளன் எனப்படுவான்.

ஒப்புமை: திருக்குறள்: அதிகாரம்: விருந்தோம்பல்.

12

படன்தி சதுரா: வேதான் தர்ம சாஸ்த்ராணி அநேகச: |
ஆத்மானம் ன ஏவ ஜானன்தி தர்வி பாகரஸம் யதா ||

வேதங்கள் போன்ற மத நூல்களைப் படித்தறிந்த பின்னும் அவற்றின் சாராம்சத்தை அறியாதவனும் ஆன்மா–கடவுள் பற்றிய ஞானமில்லாதவனும் சொந்த ஆன்மிக அறிவற்றவன் ஆவான். ஒரு குழம்பைக் கலக்கிக் கொண்டிருக்கும் அகப்பைக்குக் குழம்பின் சுவையும் பயனும் தெரியாது. அது போன்ற படிப்பறிவு வீண்.

ஒப்புமை: சுட்ட சட்டி சட்டுவம் கறிசுவை அறியுமோ?
– சிவவாக்கியர்.

13

தன்யா த்விஜம் அயீ நௌகா விபரீதா பவ அர்ணவே |
தரன்தி அதோகதா: ஸர்வே உபரிஷ்டா பதன்தி அத: ||

வாழ்க்கை என்கிற சமுத்திரத்தின் குறுக்கே நகர்ந்து செல்லும் படகை ஒத்த பிராமணர்களிடம் அடங்கியிருப்பவர்கள் பாக்கியவான்கள். அதாவது படகின் கீழ்ப்பகுதியில் இருப்பவர்கள் சமுத்திரத்தை எளிதில் கடந்து விடுகின்றனர். படகின் மேற்புறத்தில் பயணிக்க விரும்புபவர்களுக்கு கடலில்

வீழ்ந்து மூழ்கும் விபரீதம் ஏற்படலாம். எல்லோரையும் விட பிராமணர்கள் உயர்ந்தவர்கள் என்ற கருத்துடையோர் பிராமணர்களுக்குப் பணி செய்து அவர்கள் பாதங்களில் விழுந்து வணங்கி முக்தி பெறுகின்றனர். பிராமணர்களைவிட தம்மை உயர்ந்தவர்களாகக் கருதி அவர்களை அவமானப்படுத்துபவர்கள் ஜனன மரண சுழற்சியிலிருந்து விடுபடுவதில்லை.

14

அயம் அம்ருத நிதானம் நாயக: அபி ஓஷதீனாம்
அம்ருதமய சரீர: காந்தி யுக்த: அபி சந்த்ர: |
பவதி விகதர சிம: மண்டலம் ப்ராப்ய பானோ:
பரஸதன் அனிவிஷ்ட: க: லகுத்வம் ந யாதி ||

சந்திரன் மருந்துகளின் கடவுள். வீர்யத்தின் ஊற்றான அமிர்தத்தாலானது சந்திரனின் தேகம். சந்திரனின் கிரகணங்கள் குளிர்ச்சியானவை; அழகான அதன் ஒளி நம்மை மயக்கும். ஆனால் சூரியனின் ஒளிவட்டத்தில் இந்தச் சந்திரன் நுழைந்தவுடன் தனது ஒளியை இழந்து விடுகிறது. அடுத்தவன் வீட்டில் அடிக்கடி காலடி எடுத்து வைக்கிறவனும் தனது மதிப்பை இப்படித்தான் இழந்துவிடுவான்.

15

அலிரயம் நலினீதல மத்யக:
கமலினீ மகரந்த மதாலஸ: |
விதிவசாத் பரதேசம் உபாகத:
குடஜபுஷ்பரஸம் பஹு மன்யதே ||

வண்டு மென்மையான தாமரையின் இதழ்களில் அமர்ந்து தேனருந்தி மகிழும். ஆனால் அதுவே தனது இடத்தை விட்டகன்று அந்நியமான இடத்திற்குச் செல்லும்போது காட்டிலும் வயலிலும் உள்ள முட்கள் நிறைந்த புதர்களில் மலர்ந்துள்ள மலர்களின் தேனை அருந்துகிறது. அதேபோல மனிதனும் அந்நிய பூமியில் கிடைத்த உணவில் திருப்தியுற வேண்டும்.

16

பீத: க்ருத்தேன தாத: சரணதலஹத:
வல்லப: யேன ரோஷா
தாபால்யாத் விப்ரவர்யை: ஸ்வவதனவிவரே
தார்யதே வைரிணீ மே |
கேஹம் மே சேதயந்தி ப்ரதி–திவஸம்–
உமாகாந்த பூஜாநிமித்தம்
தஸ்மாத் கின்னா ஸதா அஹம் த்விஜகுலநிலயம்
நாத யுக்தம் த்யஜாமி ||

எனது பிதாவாகிய சமுத்திரத்தைச் சீற்றம் கொண்டு குடித்தவன் அவன்; தனது குழந்தைப் பருவத்திலிருந்து எனது எதிரியான சரஸ்வதியை தனது நாவில் தரித்திருப்பவன் அவன். ஈஸ்வர பூஜைக்காக எனது தாமரை மலர்களைப் பறித்துச் செல்பவன் அவன்.

அவனும் அவன் உடன் பிறந்த பிராமண சகோதரர்களும் என்னைப் பாழ்படுத்தும் எண்ணம் கொண்டவர்கள். எனவே திருமகளான நான் அவர்கள் இல்லத்திற்கு ஒரு போதும் செல்ல மாட்டேன். எனவே, பிராமணர்களைப் பணக்காரர்களாக ஆக்க மாட்டேன்.

17

பந்தனானி கலு ஸன்தி பஹூனி
ப்ரேம: அஜ்ஜுக்ருத பந்தனம் அன்யத் |
தாருபேத நிபுண: அபி ஷடங்க்ரி:
நிஷ்க்ரிய: பவதி பங்கஜகோசே: ||

எத்தனையோ பந்தங்கள் பிணைப்புகள் உள்ளன. ஆனால் காதல் பந்தம் முற்றிலும் வேறானது. ஒருவரது இயக்கத்தைக் கட்டுப்படுத்துகிறது. கருவண்டு ஒரு மரத்தைத் துளையிட்டுச் செல்லக்கூடிய வலிமை கொண்டது. ஆனால் தாமரை மலரில் அமர்ந்து தேனருந்தும் போது மலரிதழ்கள் மூடிக் கொள்ளலாம். அப்போது மலர் மீது கொண்ட காதலில் வெளிவராமல் மூடிய மலருக்குள் வண்டு சிக்கிக் கொள்கிறது.

16

1

ந த்யாதம் பதம் ஈச்வரஸ்ய
விதிவத் ஸம்ஸாரவிச்சித்தயே
ஸ்வர்க த்வார கபாட பாட நபடு:
தர்ம: அபி ந உபார்ஜித: |
நாரீ பீன பயோதரோருயுகலா
ஸ்வப்னே அபி நாலிம்கிதம்
மாது: கேவலமேவ யௌவனவனச்சேதே
குடாரா வயம் ||

இவ்வுலக பந்தங்களிலிருந்து விடுதலை பெற இறைவனை வழிபடாதவனும், பொருளற்றவனும், சொர்க்கத்தில் இடம் பெற நற்காரியங்களுக்கான செல்வத்தைப் பெறாதவனும், கனவில் கூட ஓர் இளம் பெண்ணுடன் காமசுகம் பெறாதவனும் தனது தாய் என்கிற தருவை வெட்டி வீழ்த்தும் கோடரி போன்றவன். இம்மையிலும் மறுமையிலும் அவனுக்கு எந்தப் பலனும் கிட்டாது.

2

ஜல்பந்தி ஸார்தமன்யேன
பச்யந்தி அன்யம் ஸவிப்ரமா: |
ஹ்ருதயே சிந்தயந்தி அன்யம்
ந ஸ்த்ரீணாம் ஏகத: ரதி: ||

பெண்கள் ஒரே ஒரு ஆணை மட்டும் முழுமையாகக் காதலிப்பதில்லை. ஒருவனிடம் பேசிக்கொண்டு இன்னொருவன் மீது தனது பார்வையை வீசியபடி, மூன்றாவதாக ஒருவனை ரகசியமாகக் காதலிக்கக் கூடியவர்கள். ஒரு பெண்ணுக்கு யார் மீது ஆசை என்பதை யாராலும் அறிய இயலாது.

3

ய: மோஹான் மன்யதே மூட:
ரக்தேயம் மயி காமினீ |
ஸ: தஸ்யா வசக: பூத்வா
ந்ருத்யேத் க்ரீடாசகுந்தவத் ||

காமத்தால் கட்டுண்ட முட்டாள் குறிப்பிட்ட ஒருத்தி தன் வசமாகிவிட்டாள் என்று நம்புகிறான். அதனால் அவளது கைப்பாவையாகிறான்; அவள் சொன்னபடி ஆடுவான்; அனைத்தையும் இழந்து நிற்பான்.

4

க: அர்(த்)தான் ப்ராப்ய ந கர்வித:
விஷயிண: கஸ்ய ஆபத: அஸ்தம் கதா:
ஸ்த்ரீபி: கஸ்ய ந கண்டிதம் புவி மன:
க: நாம ராஜப்ரிய: |
க: காலஸ்ய ந கோசரத்வம் அகமத்
க: அர்(த்)தீ கத: கௌரவம்
க: வா துர்ஜனதுர்கமேஷு
பதித: க்ஷேமேண யாத: பதி ||

செல்வம் சேர்ந்தபின் கர்வம் கொள்ளாதவன் யார்? இன்ப சுகங்களில் ஆழ்ந்து துன்பப்படாதவன் யார்? பெண்களால் மனம் உடைந்து போகாதவன் யார்? எந்தப் பிச்சைக்காரன் பிறரால் மதிக்கப்படுகிறான்? தீயோர் வலையில் சிக்கிக் கெட்டுப்போகாமல் மீண்டு வந்தவன் யார்? யாருமில்லை.

5

ந நிர்மித: ந ச ஏவ ந **த்**ருஷ்ட *பூர்வ:*
நச்ரூயதே ஹேமமய: குரங்க: |
*ததா அபி த்ருஷ்ணா ர***கு***நன்***த***னஸ்ய*
*விநாசகாலே விபரீத***புத்தி:** ||

ஒரு பொன்மானை இதுவரை யாரும் கண்டதுமில்லை, கேட்டதுமில்லை. பொன்மான் மீது ராமனுக்கு ஏன் ஆசை வந்தது? கெட்டகாலம் தொடங்கும்போது ஒருவனது அறிவு அழிந்து போகும். *விநாசகாலே விபரீத***புத்தி:**

6

கு*ணை: உத்தமதாம் யாதி*
ந உச்சை: ஆஸன ஸம்ஸ்திதா:
*ப்ராஸாத***சி***கரஸ்த: அபி*
*காக: கிம் க***ரு***டாயதே* ||

ஓர் அரண்மனைக் கோபுரத்தின் உச்சியில் காகம் அமர்ந்திருப்பதால் மட்டும் அது கருடனாகி விட முடியாது. நீ உயர்ந்த பதவியில் இருப்பதால் மட்டும் நீ உயர்ந்த மனிதனாகி விட முடியாது.

7

கு*ணா: ஸர்வத்ர* **பூ***ஜ்யன்தே*
*ந மஹத்ய அபி ஸம்ப***த:** |
*பூர்ணேந்***து:** *கிம் ததா வந்த்ய:*
நிஷ்கலங்க: யதா க்ருச: ||

முழுநிலவை யாரும் தரிசிப்பதில்லை. பிறைச் சந்திரனுக்கே பெருமை அதிகம். ஒருவனிடம் பணம் இருக்கலாம்; பண்புகள் இல்லை என்றால் சமூகம் அவனை மதிக்காது.

8

பரை: உக்த **கு***ண: ய: து*
*நிர்***கு***ண: அபி* **கு***ணீ* **ப***வேத்* |
*இந்த்ர: அபி ல***கு***தாம் யாதி*
ஸ்வயம் ப்ரக்யாபிதை: **கு***ணை:* ||

பண்பற்றவனைக் கூட மற்றவர்கள் புகழலாம். அதனால் அவனுக்குக் கொஞ்சம் அந்தஸ்து கிடைக்கலாம். ஆனால் தேவேந்திரனே கூட தன்னைத் தானே புகழ்ந்து கொண்டால் அது அற்பச் செயலாகும். உன்னை உலகம் புகழ வேண்டும். தற்பெருமை என்பது சிறுமை.

9

விவேகினம் அனுப்ராப்தா
குணா யான்தி மனோக்ஞதாம் |
ஸுதராம் ரத்னமாபாதி ச
அமீகர நியோஜிதம் ||

ஓர் ரத்தினக்கல் அதனளவில் பிரகாசிக்கக் கூடியது. அதை ஒரு தங்க நகையில் பதிக்கிறபோது அதன் மதிப்பும் அழகும் கூடும். அதைப்போல ஓர் அறிஞனிடம் நற்பண்புகள் குடிகொண்டிருந்தால் அவன் அதிகம் கவர்ச்சி உடையவனாய் பிரகாசிப்பான்.

10

குணை: ஸர்வக்ஞதுல்ய: அபி
ஸீததி ஏக: நிராச்ரய: |
அனர்க்யம் அபி மாணிக்யம்
ஹேம–ஆச்ரயம் அபேக்ஷதே ||

நற்குணம் கொண்ட அறிஞன் ஒருவனை ஆதரிக்க புரவலர் ஒருவர் இல்லை என்றால் அவனது திறமை முழுமையாக வெளிப்படாது. ஒரு வைர மணியை நகை ஒன்றில் பதித்தால்தான் அதன் மதிப்பு உயரும். வைரமணிக்கும் அதைத் தாங்கிக் கொள்ள ஓர் ஆதாரம் தேவை.

11

அதிக்லேசேன யத் த்ரவ்யம்
அதிலோபேன யத் ஸுகம் |
சத்ரூணாம் ப்ரணிபாதேன
தே ஹி அர்(த்)தா மா பவன்து மே ||

பிறரைத் துன்புறுத்தியும் பாவகாரியங்களில் ஈடுபட்டும் பணம் சம்பாதிக்கக் கூடாது. மதத்திற்கு எதிரான செயல்களில் ஈடுபடக்கூடாது. எதிரியிடம் தஞ்சமடைந்து யாசகம் பெறுதலும் கூடாது.

12

கிம் தயா க்ரியதே லக்ஷ்ம்யா
யா வதூ: இவ கேவலா |
யா து வேஷ்யா இவ ஸாமான்யா
பதிகை: அபி புஜ்யதே ||

வீட்டில் முடங்கிக் கிடக்கும் உத்தமியைப் போல ஒருவனிடம் குவிந்துள்ள செல்வத்தால் யாது பயன்? அனைவருக்கும் சுகமளிக்கும் விலைமகளைப் போல செல்வம் பலருக்கும் பயன்படவேண்டும்.

13

தனேஷு ஜீவிதவ்யேஷு ஸ்த்ரீஷு
ச ஆஹாரகர்மஸு |
அத்ருப்தா ப்ராணின: ஸர்வே யாதா
யாஸ்யந்தி யாந்தி ச ||

எப்போதும் பணம், பெண், உணவு, ஜீவிதம் ஆகியவற்றில் மனிதனுக்கு மனநிறைவு ஏற்படுவதில்லை. அவனது ஆசைக்கு அளவில்லை. எப்போதும் திருப்தியில்லாமல் சலனப்பட்டு சஞ்சலம் அடைகிறான்.

14

ப்ரியவாக்யப்ரதானேன
ஸர்வே துஷ்யந்தி ஜந்தவ: |
தஸ்மாத் ததேவ வக்தவ்யம்
வசனே கா தரித்ரதா ||

இனிய சொற்கள் எல்லோரையும் இன்புறச் செய்யும். எனவே இனிமையாய் பேசுங்கள். இனிமையாய் பேசுவதால் எந்த இழப்பும் இல்லை. யாரும் ஏழையாகப் போவதில்லை.

ஒப்பு: இனிய உளவாக..... (குறள் 100)

15

த்ருணம் லகு த்ருணாத் தூலம்
 தூலாத் அபி ச யாசக: |
வாயுனா கிம் ந நீத: அஸௌ
 மாமயம் யாசயிஷ்யதி ||

வைக்கோல் மெல்லிய பொருள். அதைவிட மென்மையானது பஞ்சு. எல்லாவற்றையும் விட மென்மையானவன் பிச்சைக்காரன். அப்படி இருக்கும்போது ஏன் பிச்சைக்காரனை காற்றடித்துப் பறக்கச் செய்வதில்லை. பிச்சைக்காரனிடம் காற்றுக்கு கூட பயம். அவன் தன்னிடம் பிச்சைக் கேட்கலாம் என்று காற்று பயப்படுகிறதாம்!

16

வரம் ப்ராணபரித்யாக:
 மனாபங்கேன ஜீவநாத் |
ப்ராணத்யாகே க்ஷணம் துக்கம்
 மானபங்கே தினே தினே ||

மரணத்தைவிட அவமானம் வலிமிகுந்தது. மானம் போனபின் மாண்டுவிடுவதே மேல். மரணம் ஒருமுறைதான் சாகடிக்கும். அவமானம் நித்தம் நித்தம் சாகடிக்கும்.

ஒப்பு: (மேலோர்) உயிர்நீப்பர் மானம்வரின் – குறள்

17

ஸம்ஸார விஷ வருக்ஷஸ்ய
 த்வே ஃபலே அம்ருதோபமே |
ஸுபாஷிதம் ச ஸுஸ்வாது
 ஸங்கதி: ஸஜ்ஜனே ஜனே ||

இந்த உலக விருட்சம் இரண்டு அமிர்த கனிகளை அளிக்கிறது. ஒன்று இனிய பேச்சு; மற்றது நல்லோர் உறவு.

18

ஜன்ம ஜன்ம யதப்யஸ்தம்
 தானமத்யயனம் தப: |

தேன ஏவ அப்யாஸ யோகேன
தேஹீ ச அப்யஸ்யதே புன: ||

நற்குணங்கள் முற்பிறவியிலிருந்து வந்து சேர்கின்றன. முற்பிறப்புகளில் செய்த தானதருமங்கள், கல்வி, அடக்கம், நல்ல பண்புகள் ஆகியவற்றை முந்தைய பிறவிகளிலிருந்து இந்த ஜன்மத்திற்கு நற்பேறு கொண்டுவந்து சேர்த்துள்ளது.

19

புஸ்தகஸ்தா து யா வித்யா
பரஹஸ்தகதம் தனம் |
கார்யகாலே ஸமுத்பன்னே ந
ஸா வித்யா ந தத் தனம் ||

புத்தகங்களில் அடைபட்டு கிடக்கும் அறிவும் மற்றவர்கள் கைக்குச் சென்றுவிட்ட பணமும் எந்தப் பயனும் அளிக்கா. அறிவு பயன்பாட்டுக்கு வரவேண்டும். அப்போதுதான் அதன் மதிப்பு உயரும். உன் கையில் உள்ள வரையில்தான் உனது பணத்திற்கு மதிப்பு.

17

1

புஸ்தக ப்ரத்யய ஆதீதம் ந அதீதம்
குருஸன்னிதௌ |
ஸபாமத்யே ந சோபந்தே
ஜாரகர்பா இவ ஸ்த்ரிய: ||

குரு இல்லாமல் தானே நூல்களைப் படித்து ஞானம் பெற முயல்பவன் தகாத உறவால் கருவுற்ற பெண்ணின் நிலைக்கு ஒப்பானவன். குருவின்றி ஞானம் பெற முடியாது.

2

க்ருதே ப்ரதிக்ருதிம் குர்யாத்திம்ஸனே ப்ரதிஹிம்ஸனம் |
தத்ர தோஷ: ந பததி துஷ்டே துஷ்டம் ஸமாசரேத் ||

உன்னிடம் நல்லவனாக நடந்து கொள்பவனிடம் நீ நல்லவனாகவே இரு. உன்னைத் தாக்கினால் திருப்பித் தாக்கு. உனக்குத் தீங்கிழைத்தால் பழிவாங்கு. பழிக்குப் பழியே சாணக்கிய நீதி.

3

யத் தூரம் யத் துராராத்யம்
யத் ச தூரே வ்யவஸ்திதம் |
தத் ஸர்வம் தபஸா ஸாத்யம்
தப: ஹி துரதிக்ரமம் ||

ஒன்று அடையமுடியாத தொலைவான தூரத்தில் இருக்கலாம்; எட்ட முடியாத இடத்தில் இருக்கலாம்; ஒரு புதிராகத் தோன்றலாம். ஆனால் அத்தகைய இலக்கையும் நீ அடைய முடியும் – அர்ப்பணிப்பும் சலியாத உழைப்பும் மட்டுமே தேவை; கடின உழைப்பால் அடையமுடியாததை அடைந்து விடலாம்.

4

லோப: சேதகுணேன கிம் பிசுனதா
யத் அஸ்தி கிம் பாதகை:
ஸத்யம் சேத் தபஸா ச கிம் சுசி மனோ
யத் அஸ்தி தீர்(த்)தேன கிம் |
ஸௌஜன்யம் யதி கிம் குணை: ஸுமஹிமா
யத் அஸ்தி கிம் மண்டனை:
யத் வித்யா யதி கிம் தனை: அபயச:
யத் அஸ்தி கிம் ம்ருத்யுனா ||

பேராசைக்காரனுக்கு வேறு தீய பழக்கங்கள் தேவையில்லை; பேராசை ஒன்றே போதும். பாவத்தைப் பற்றி புறஞ் சொல்கிறவனை குறித்து கவலைப்பட வேண்டாம். புறஞ் சொல்வதைவிட பெரிய பாவம் இல்லை. வாய்மையின் வழியில் நடப்பவனுக்குக் கடுந்தவம் தேவையில்லை. தூய நெஞ்சம்

கொண்டவன் புண்ணியத் தலங்களுக்குச் செல்ல வேண்டாம். அன்பு நிறைந்த உள்ளம் கொண்டவனுக்கு மற்ற நற்பண்புகள் இரண்டாம் பட்சமே. புகழ்ஒளி வீசி வாழ்பவனுக்கு நகையின் ஒளி தேவை இல்லை.

5

பிதா ரத்னாகர: யஸ்ய
லக்ஷ்மீ: யஸ்ய ஸஹோதரா |
சங்க: பிக்ஷாடனம் குர்யாத்
ந தத்தம் உபதிஷ்டதே ||

சங்கு தோன்றியதும் கடலில்; மகாலெட்சுமி அவதரித்ததும் கடலில்; மகாலெட்சுமி செல்வமளிக்கும் கடவுள், சங்கு மகாலெட்சுமியின் சகோதரனாகிறது. ஆனால் சங்கு ஊதி பிச்சை எடுப்பதால் சங்கு யாசகத்தின் அடையாளமாகிறது. எனவே தோன்றிய இடம் பொருட்டல்ல. செயல்பாடும், பயன்பாடுமே பெரிது.

6

அசக்த: து பவேத் ஸாது:
ப்ரஹ்ம(ச்)சாரீ வா நிர்தன: |
வ்யாதித: தேவபக்த: ச
வ்ருத்தா நாரீ பதிவ்ரதா ||

சக்தியில்லாதவன் தடம் மாறுவதில்லை. எல்லாமிழந்தவன் பிரம்மச்சரியம் மேற்கொள்கிறான். ஒரு நோயாளி தீவிர பக்தனாகிறான். வயது முதிர்ந்தவள் பதிவிரதை ஆகிறாள்.

7

ந அன்ன உதக ஸமம் தானம்
ந திதி: த்வாதசீ ஸமா |
ந காயத்ரயா: பர: மந்த்ர:
ந மாது: தைவதம் பரம் ||

தண்ணீரும் தானியமும் தானங்களில் பெரிது. துவாதசியை விடச் சிறந்த நாளில்லை; காயத்ரி மந்திரத்தை விடப் பெரிய மந்திரமில்லை; அன்னையை விடப் பெருந்தெய்வம் வேறில்லை.

8

தக்ஷகஸ்ய விஷம் தன்தே
மக்ஷிகாயா: து மஸ்தகே |
வ்ருச்சிகஸ்ய விஷம் புச்சே
ஸர்வாங்கே துர்ஜனே விஷம் ||

பாம்புக்கு விஷம் பல்லில்; தேளுக்கு விஷம் கொடுக்கில்; ஈக்கு விஷம் தலையில்; தீயவனுக்கோ தேகமெங்கும் விஷம்.

9

பத்யுராக்ஞாம் வினா நாரீ ஹி
உபோஷ்யா வ்ரதசாரிணீ |
ஆயுஷ்யம் ஹரதே பர்து:
ஸா நாரீ நரகம் வ்ரஜேத் ||

கணவன் அனுமதி பெறாது மனைவி மேற்கொள்ளும் விரதம் கணவனின் எதிர்பாராத மரணத்திற்குக் காரணமாகும். மனைவி நரகத்தில் துன்பமடைவாள்.

10

ந தானை: சுத்யதே நாரீ
ந உபவாஸ சதை: அபி |
ந தீர்(த்)த ஸேவயா தத்வத் பர்து:
பத உதகை: யதா ||

விசுவாசமான மனைவி தானதருமங்கள் செய்ய வேண்டா. உண்ணாவிரதம் இருக்க வேண்டா; தீர்த்த யாத்திரை செல்ல வேண்டா; தன்னைக் கணவனுக்கு அர்ப்பணித்துப் பணிவிடை செய்தால் போதும். அவள் நற்கதி அடைவாள்.

11

தானேன பாணி: ந து கன்கணேன
ஸ்நானேன சுத்தி: ந சந்தனேன |
மானேன த்ருப்தி: ந போஜனேன
ஞானேன முக்தி: ந து முண்டனேன ||

தானமளிப்பதில்தான் கைகளின் அழகு வெளிப்படும்; அணியும் கையணிகளில் இல்லை கைகளின் அழகு. நீராடுவதால் தேகம் தூய்மை பெறுகிறதே தவிர பூசிக் கொள்ளும் சந்தனச் சாந்தால் அல்ல. உண்மையான திருப்தி அளிக்கப்பட்ட உணவால் கிடைக்காது. கொடுக்கப்பட்ட மரியாதையில் மட்டுமே மனநிறைவு பெறமுடியும். ஞானத்தால் மட்டுமே மோட்சம் பெறலாம் – சடங்குகளால் அல்ல.

12

நாபிதஸ்ய க்ருஹே க்ஷெளரம்
பாஷாணே கந்தலேபனம் |
ஆத்மரூபம் ஜலே பச்யன்
சக்ரஸ்ய அபி ச்ரியம் ஹரேத் ||

நாவிதன் வீட்டில் சவரம் செய்து கொள்பவனும், கற்சிலைகளுக்குச் சந்தனம் பூசுபவனும், நீரில் தனது பிரதி பிம்பத்தை கண்டு ரசிப்பவனும் அறிவற்றவர்கள். தங்களது மரியாதையைத் தாங்களே பாழ்படுத்திக் கொள்பவர்கள்.

13

ஸத்ய: ப்ரக்ஞாஹரா துண்டீ
ஸத்ய: ப்ரக்ஞாகரீ வசா |
ஸத்ய: சக்திஹரா நாரீ
ஸத்ய: சக்திகரம் பய: ||

மயக்கம் தரும் முண்டிக்காய் அறிவிழக்கச் செய்யும். வசா என்ற மூலிகை அறிவை மீட்டெடுக்கக்கூடியது. ஆணின் வீர்யத்தைப் பெண் வலுவிழக்கச் செய்கிறாள். ஆனால் பால், இழந்த வீர்யத்தை மீட்டெடுக்கும்.

14

பரோபகரணம் யேஷாம் ஜாகர்தி
ஹ்ருதயே ஸதாம் |
நச்யந்தி விபத: தேஷாம்
ஸம்பத: ஸ்யு: பதே பதே ||

மற்றவர்களுக்கு உதவி செய்ய வேண்டும் என்ற எண்ணம் மேலோங்கியவனாக ஒருவன் வாழவேண்டும். ஒருவனது நல்வாழ்வு பிறருக்கு உதவுவதில் தான் இருக்கிறது. அப்படிப் பட்டவர்கள் வளம் பெறுவார்கள்; துன்பங்கள் வராது.

15

யதி ராமா யதி ச ரமா யதி தனய:
வினயகுண உபேத: |
தனயே தனய உத்பத்தி:
ஸுரவரநகரே கிம் ஆதிக்யம் ||

பக்தியும் விசுவாசமும் உள்ள பதிவிரதையின் மனைவி, நற்பண்புகள் கொண்ட மகன், மருமகள், தேவைகளுக்கு ஏற்ப பணவசதி ஆகிய இவை ஒரு மகிழ்ச்சிக்கு முக்கியமானவை. இவை மூன்றும் கிடைக்கப் பெற்ற குடும்பம் சொர்க்கம் போன்றது.

16

ஆஹார நித்ரா பயம் மைதுனானி
ஸமானி ச ஏதானி ந்ருணாம் பசூனாம் |
ஞானம் நராணாம் அதிக: விசேஷ:
ஞானேன ஹீனா: பசுபி: ஸமானா: ||

மற்ற உயிரினங்கள் போல மனிதனும் உண்ணுகிறான், உறங்குகிறான், உடலுறவு கொள்கிறான்; பயஉணர்ச்சியும் ஏற்படுகிறது. இவற்றில் மனிதர்களுக்கும் விலங்குகளுக்கும் வித்தியாசமில்லை. மனிதர்களுக்கு மத அறிவு உண்டு; மனிதன் மதச் சடங்குகளில் ஈடுபடுகிறான். விலங்குகளுக்கு இவை இல்லை. மதநம்பிக்கை இல்லை எனில் மனிதன் மிருகமாகிறான்.

17

தான அர்(த்)தின: மதுகரா
யதி கர்ணதாலை: தூரீக்ருதா:
தூரிக்ருதா: கரிவரேண
மதாந்தபுத்த்யா |

தஸ்யா ஏவ கண்ட யுக்ம
மண்டன ஹானி: யேஷா
ப்ருங்கா: புன: விகச
பத்மவனே வஸந்தி ||

யானைகள் காதுகளை அசைத்து அசைத்து அதன் நெற்றியை சூழ்ந்திருக்கும் தேனீக்களை விரட்டி அடிக்கும். யானையின் நெற்றியிலிருந்து மது அருந்தத் துடிக்கும் தேனீக்களின் காட்சி யானைக்கு ஓர் அழகு. விரட்டப்பட்ட தேனீக்கள் தாமரை குளத்தில் தஞ்சமடையும். யானை தனது நெற்றி அழகை இழந்து விடுகிறது.

விரட்டியடிக்கிற மனிதனிடம் பிச்சைக்காரன் திரும்பச் செல்லமாட்டான், விரட்டியவனுக்கு மரியாதை குறையும். பிச்சைக்காரனுக்கு இன்னொரு வீட்டில் பிச்சை கிடைக்கும்.

'பிறிதுமொழிதல் அணி' – அன்யாபதேச உத்தி.

18

ராஜா வேச்யா யம: ச அக்னி: தஸ்கர: பாலயாசகௌ |
பரதுக்கம் ந ஜானந்தி அஷ்டம: க்ராமகண்டக: ||

அரசன், விலைமகள், மரணக் கடவுளான யமன், தீ, திருடன். சிறுவன், பிச்சைக்காரன், சண்டையிட்டுக் கொள்பவர்களைக் கண்டு மகிழ்ச்சி அடைகிறவன் ஆகிய இந்த எட்டு வகை மனிதர்களும் பிறரது துயரத்தை அனுபவித்ததும் இல்லை; புரிந்து கொள்வதுமில்லை.

19

அத: பச்யஸி கிம் பாலே
பதிதம் தவ கிம் புவி |
ரே ரே மூர்(க்)க ந ஜானாஸி
கதம் தாருண்யமௌக்திகம் ||

பெண்ணே! பூமியைப் பார்த்தபடி நடந்து செல்கிறாயே, எதற்காக?

முட்டாளே! நான் என் இளமை என்ற முகத்தைத் தொலைத்துவிட்டுத் தேடுகிறேன். உனக்குத் தெரியாதா?

20

வ்யாலாச்ரய அபி விகலா அபி ஸகண்டகா அபி
வக்ர அபி பங்கிலபவ அபி **துரஸதா** அபி |
கந்தேன பந்து: அஸி கேதகி ஸர்வஜன்தா:
குண: கலு நிஹன்தி ஸமஸ்ததோஷான் ||

தாழம் பூவே! நீ பாம்புகளின் வாழ்விடமாக இருக்கிறாய். உன்னிடம் கனிகள் இல்லை; முட்கள் உண்டு. ஆனால் இனிய மணம் வீசுகிற மலர் நீ; அதனால் உன்னைச் சென்றடைவது சிரமம் என்றாலும் மனிதர்கள் உன்னை விரும்புகின்றனர். அதுபோல ஒரு நற்குணம் ஏனைய குறைகளை மறைத்து விடுகிறது.

ஒரு நீண்ட விளக்கக் குறிப்பு

◆

காஞ்சிபுரம் வி. ஸ்ரீநிவாஸமூர்த்தி

1. இந்த நூல், சாணக்ய நீதி (தமிழில் எழுதினால் சாணக்கிய நீதி), சந்த்ரகுப்த மௌர்யனின் ஆசானும் அமைச்சனுமான – கௌடில்யன் எனவும் அறியப்பட்ட – சாணக்கியன் என்னும் மகாமேதையால் ஸம்ஸ்க்ருத மொழியில் எழுதப்பட்டது.

[சமஸ்கிருதம் என எழுதுவது சரியல்ல. பொருத்தமுமல்ல. ஸம்யக் (நன்றாக), க்ருதம் (செய்யப்பட்டது) என்ற இரண்டு சொற்களின் புணர்ச்சியில் விளைந்த காரணப்பெயர், ஸம்ஸ்க்ருதம்.]

2. தனிமனித வாழ்க்கை, சமூகம், அரசியல் எனப் பல்வேறு விஷயங்களைப் பற்றிய சிந்தனைகள் அடங்கிய தொகுப்பு சாணக்கிய நீதி.

3. ஸம்ஸ்க்ருதத்தில் உயிரெழுத்துகள் *13* தமிழில் உள்ள, எ, ஒ, என்ற குறில்கள் கிடையா!; மாறாக, ரு, ரூ, லு என்ற உயிரெழுத்துக்கள் உள்ளன; ஆனால், இந்த மூன்றில் ரு, லு என்ற இரண்டின் ஒலி முழு உகரமாக ஒலிக்காது, குற்றியலுகரம் போல் ஒலிக்கும். உயிரெழுத்துகள் பதின்மூன்றும், மொழி முதலில் வரும்.

4. மெய்யெழுத்துகள் *33.* 'க' வில் நான்கு வகை; 'ச'வில் நான்கு வகை; 'ட'வில், 'த'வில், 'ப'வில் அதுபோலவே. எ.டு: ப ஃப **ப ப** – ஆங்கிலத்தில் சொல்வதாயின் pa pha, Ba, Bha என.

5. ஆக, கவர்க்கம், சவர்க்கம் என மொத்தம் ஐந்து வர்க்கங்கள். தமிழ்மொழியைப்போலவே, மொழிமரபுப்படி, மெய்யெழுத்தையும், ககாரம், சகாரம் எனவே குறிப்பது வழக்கம். ஒவ்வொரு வர்க்கத்தின் முடிவில் மூக்கொலியுடைய, வர்க்கத்தின் இனமான ங (கவர்க்கம்), ஞ (சவர்க்கம்) ண (டவர்க்கம்), ன (தவர்க்கம்), ம (பவர்க்கம்), என 'அனுநாசிகா' எனப் பெயர்கொண்ட *5* மெய்யெழுத்துகள். மொத்தம் *25.*

6. தவிர, ய,ர,ல,வ,ச,ஷ,ஸ,ஹ என்ற *8.*

7. ஐந்துவர்க்கங்கள், அனுநாசிகாவுடன் சேர்த்து *25* + ய, ர, ல, வ, **ச**, ஷ, ஸ, ஹ, *8* = ஆக, மெய்யெழுத்துகள் *33.* இதில் '**ச**' (SA) எனக்குறிப்பிடப்பட்ட மெய்யெழுத்து ச அல்ல; ஷ ((SHA))வும் அல்ல: இரண்டுக்கும் இடைப்பட்ட ஒலியுடையது.

8. இந்த *33* எழுத்துக்கள் தவிர, எழுத்தல்லாத வெறும் ஒலியின் குறியீடுகள் இரண்டு உள்ளன. இவை, தனித்து வராத ஒலிகள். உயிரெழுத்துடனோ, மெய்யெழுத்துடனோ சேர்ந்து வரும் ஒலிகள். அவை '.', ':' எனும் குறியீடுகள். இவற்றின் ஒலி, தனித்து 'ம்', 'ஹ' எனலாம்.

8.1 உயிர், அல்லது உயிர்மெய் எழுத்துக்களுடன் கூடி வரும்போது இவ்விரண்டின் ஒலி பின்வருமாறு:

'.' – அம், இம், ஏம், கம், ஷம், ஹம் என வரும். எழுத்துக்கு மேலே இந்தப் புள்ளியை இட்டால், இவ்வொலி பிறக்கும். இது அனுஸ்வாரம்.

':' – அ: (அஹ), ஸ: (ஸஹ), ம: (மஹ) ஹரி: (ஹரிஹி) தை: (தைஹி) (கௌ: (கௌஹு) என எழுத்துகளை அடுத்து இந்தக் குறியீட்டை எழுதினால், மேற்சொன்ன ஒலிகள் பிறக்கும். இது விஸர்க்கம்.

9. ஸம்ஸ்க்ருத்திற்கு வரிவடிம் (எழுத்துவடிவம்) தேவநாகரி (DVANAAGARI) என்ற நாகர எழுத்து.

10. வரிவடிவம் (எழுத்து) என்பது, எந்த மொழியானாலும், ஒரு வெறும் குறியீடே. எழுதுவதால் எழுத்து – அதுவே மொழியாகாது. எழுத்து, காலத்தால் உருவம் மாறலாம்.

11. ஆனால், மொழியென்றாலே ஒலி ஒலிதான். ஒவ்வொரு மொழியும், தன் ஒலியமைப்பில், தனித்தன்மை வாய்ந்தது. ஸம்ஸ்க்ருத்தில் கவர்க்கம் என நான்கு இருப்பதுபோல, தமிழில் இல்லை. ஆனால் தமிழில் உள்ள ஒரு 'க'வே, வெவ்வேறு விதமாக, இடத்தைப்பொறுத்து, உடனிருக்கும் மற்றொரு எழுத்தை (அதன் ஒலியை)ப் பொறுத்து, விதம்விதமாக ஒலிக்கும்.

11.1. 'சட்டி'யில் CHA என்று ஒலி:

சங்கம் என்பதில் 'SA' என்று;

பஞ்சு என்பதில் 'JU' என்று.

அதேபோல், பத்து என்பதில் 'THU' என;

பந்து என்பதில் 'DU/DHU' என.

12. மேற்சொன்னது, 'க'வுக்கும், 'ட'வுக்கும், 'ப'வுக்கும் பொருந்தும். உச்சரித்துப்பார்த்து உணருங்கள்.

13. ஆக, மொழி ஒலியே: ஒலிதான் மொழி.

14. இப்போது, இந்த நூலில், தேவநாகரி எழுத்திலுள்ள ஸம்ஸ்க்ருத ச்லோகங்களை (செய்யுள்களை)த் தமிழ் வாசகர்கள் ரஸிக்க, அச்செய்யுள்களின் 'ஸம்ஸ்க்ருத ஒலி' கெடாது, மாறுபடாது, அப்படியே தமிழில் எழுதித் தரப்பட்டுள்ளது. தமிழில் தமிழ் எழுத்தில் எழுதப்பட்டிருந்தாலும் அவற்றின் ஒலி ஸம்ஸ்க்ருத ஒலியே.

15. அப்படி ஸம்ஸ்க்ருத மொழியின் ஒலியைத் தர சில தமிழ்மரபுக்குப் பொருந்தாதவை செய்யப்பட்டுள்ளன.

(எ.டு)

நஷ்யன்தி – NASHYANTI.

இதை நஷ்யந்தி என எழுதினால் NASHYANDHI எனப் படிக்க நேரலாம்.

கன்கணம் – KANKANAM.

இதை, கங்கணம் என எழுதினால் KANGANAM எனப் படிக்க நேரலாம்.

ஸம்ஸ்க்ருத மொழியின் ஒலியமைப்போடு ச்லோகங்களை (செய்யுள்களை) வாசகர்கள் படிக்கவே, மேற்சொன்ன மரபுமீறிய உத்தி.

மீண்டும், சொல்வது என்னவென்றால்,

ஸம்ஸ்க்ருதத்தில் 'ச' எனத் தடித்து அச்சிடப்பட்ட எழுத்து 'SA', 'SHA', என்ற இரண்டுமல்லாத (இடைப்பட்ட) ஒலி உடையது.

இதுவல்லாத வெறும் 'ச' (CHA) சாதாரணமாக அச்சிடப்பட்டுள்ளது. வித்தியாசத்தை வாசகர்கள் புரிந்து கொள்வார்களாக.

'ஜ' (JA) என்ற எழுத்து தமிழெழுத்தே. தமிழ் வரிவடிவே. ஒலியும் புதியதல்ல. 'நெஞ்சம்' என்ற சொல்லில் 'ச'வின் ஒலி 'ஜ'வின் ஒலியே.

'ஷ'வும், 'ஸ'வும் (SHA, SA) க்ரந்த எழுத்திலிருந்து பெறப்பட்டவை. 'ஹ' வும் அப்படியே. (HA)

எங்கெல்லாம், க,த,ட,ப, என்ற எழுத்துகள் வலிந்து ஒலிக்கின்றவோ, அவையும் 'தடித்து' அச்சிடப்பட்டுள்ளன.

இறுதியாக, இந்தச் செய்யுள்களில் சாணக்யன், ஸம்ஸ்கிருத மரபுப்படி, கூட்டெழுத்துக்களாக எழுதியுள்ளான். தமிழ் வாசகர்கள் ரஸிக்க, அவை, இயன்ற வரை, பிரித்து எழுதப்பட்டுள்ளன.

இந்தச் செய்யுள்களில் 'ச' தனித்து வருவது, மற்றும் என்ற பொருளில், அல்லது பொருளற்ற அசைச்சொல்லாக.

'ஹி', பொருளுடன் வரும், பொருளில்லாமலும் வரும்.

'ந', இல்லை என்ற பொருளுடன்.

இந்த நூலில் ஸம்ஸ்க்ருத ஸ்லோகங்களின் பொருள் சொல்லுக்குச் சொல் வரிக்கு வரி அப்படியே தரப்படவில்லை.

அவற்றில் சொல்லப்பட்டிருக்கும் மையக்கருத்து விளக்கப்பட்டுள்ளது.

சில ச்லோகங்கள் சொல்ல வந்தக் கருத்தை நேரடியாகச் சொல்கின்றன.

சில ச்லோகங்கள் சொல்ல வந்ததை நேரடியாகச் சொல்லாமல் மறைபொருளில் சொல்கின்றன. இவற்றை "அன்யாபதேச உத்தி" என்பர். தமிழில் 'பிறிது மொழிதல்' என்பர். அதாவது ஒன்றைச் சொல்லி அதோடு பொருந்தும் 'உட்பொருளைக் குறிப்பாக உணர்த்துதல்' என்பதாம்.

பிற்சேர்க்கை

இந்த நூலில்,

I 4வது பகுதியில் (23வது பக்கத்தில் 4வது ச்லோகத்தின் கருத்தை எதிரொலிக்கும் ஸுபாஷிதம் (நன்மொழி) வருமாறு:

ச்வ கார்யமத்ய குர்வீத
    பூர்வாஹ்ணே ச பராஹ்ணிகம் ǀ
ந ஹி ப்ரதீக்ஷதே ம்ருத்யு:
    க்ருதம் அஸ்ய ந வாக்ருதம் ǁ

நாளைக்குச் செய்யவேண்டியதை இன்றே செய். பிற்பகலில் செய்வதாக நினைப்பதை முற்பகலிலே செய். 'இவன் செய்ய வேண்டியவற்றைச் செய்து விட்டானா, இல்லையா? என்று மரணம் காத்திருப்பதில்லை.

II. 7வது பகுதியில் (59வது பக்கத்தில் 15வது ச்லோகத்தின் கருத்தை எதிரொலிக்கும் ஸுபாஷிதானி (நன்மொழிகள்) வருமாறு:

செல்வத்தின்/பணத்தின் ஆளுமை.

1. இஹ லோகே ஹி தனினாம்
    பர: அபி ஸ்பஜனாதே ǀ
ஸ்வஜன: அபி தரித்ராணாம்
    நராணாம் துர்ஜனாயதே ǁ

இவ்வுலகில் செல்வந்தர்களை அனைவரும் உறவினர்களாய்க் கொண்டாடுவர். ஏழைகளிடத்திலோ, உறவினரும் அறியாதவர்களாய் நடந்து கொள்வர்.

2. ஸன்த: அபி ந ப்ரகாசன்தே
    தரித்ரஸ்ய சுபா குணா: ǀ
ஆதித்ய இவ பூதானாம்
    ஸ்ரீ: குணாணாம் ப்ரகாசினீ ǁ

ஏழையிடம் நற்குணங்கள் இருந்தாலும் அவை பிரகாசிக்கா. உயிர்களை, பொருள்களை சூரியன் விளங்கச் செய்வதுபோல, செல்வமே குணங்களைப் பிரகாசிக்கச் செய்கிறது.

3. பூஜ்யதே யத் அபூஜ்ய: அபி
   யத் அகம்ய: அபி கம்யதே |
   வந்த்யதே யத் அவந்த்ய: அபி
   தத் ப்ரபாவ: தனஸ்ய ஹி ||

(ஒருவன் செல்வந்தனாய் இருந்துவிட்டால்) மரியாதைக்கு உரியனல்லனாயினும் மதிக்கப்படுகிறான்; நாடப்படத் தகுதியற்றவனாயினும் நாடப்படுகிறான்; வணங்கப்பட தகுதி இல்லாதவனாயினும் வணங்கப்படுகிறான். செல்வத்தின் மஹிமை.

4. யஸ்ய அஸ்தி வித்தம் ஸ: நர:
   குலின: ஸ: பண்டித:
   ஸ: ஏவ வக்தா ஸ: ச தர்சனீய:
   ஸர்வே குணா: கான்சனம் ஆச்ரயன்தே ||

எவனிடம் செல்வம் உள்ளதோ அவனே உயர் குலத்தோன்; அவனே பண்டிதன்; அவனே கேள்வியறிவு மிக்கவன்; பண்பாளன்; நன்கு உபதேசிக்கக் கூடியவன்; அவனே காணத்தகுந்தவன். எல்லா நற்பண்புகளும் தனத்தையே அண்டியுள்ளன.

✳✳✳